한국인을 위한

베트남어 회화 3

한국인을 위한

베트남어 회화 ③

송정남 외

HUiNE

머리말

"한국인을 위한 베트남어 회화"가 2005년에 초판이 발행된 이후 지금까지 5판이 발행되었다. 국내에서 베트남어는 다른 여러 특수 언어에 비하여 보다 생소한 언어이다. 이 같은 국내의 실정에도 불구하고 "한국인을 위한 베트남어 회화"가 꾸준한 수요를 유지할 수 있었던 것은 그동안 독자들로부터 많은 관심과 사랑을 받았기 때문이라고 본다.

그동안 장기 활용기간에 드러났던 문제점들과 아쉬움, 그리고 독자들의 유익한 지적들을 받아들여 "한국인을 위한 베트남어 회화"의 개정판을 내게 되었다. 개정판은 다음과 같은 특징을 갖는다.

첫째, 내용을 보다 자연스럽고 상황에 맞게 대폭 수정·보완하였다. 둘째, 지문에 맞는 삽화를 넣어 대화의 생동감을 더했다. 셋째, 문법 해설을 베트남어 원문에 가깝게 보다 구체화하였다. 넷째, 과마다 출제된 문제의 해답을 부록에 넣었다. 다섯째, 베트남어의 어음체계와 문자표, 그리고 음절을 현대 베트남 언어학에 근거하여 간단·명료화함으로써 독자의 이해를 높였다.

주지하듯이 베트남어는 2014년도 대학입시에서 제2외국어 과목이 되었다. 보도에 의하면 3만 여 명에 가까운 수험생이 베트남어를 선택했다고 한다. 여기에는 "처음 시행된다는 것 때문에 다른 제2외국어에 비하여 더 좋은 등급을 받을 수 있을 것이다."라는 수험생들의 기대감이 크게 작용했다고 본다. 그러나 지금까지 꾸준하게 증가하고 있는 국내의 베트남어 수요를 간과할 수 없을 것이다. 베트남 투자 한국 기업과 베트남 거주 한국인이 각각 5,000여 개와 15만 명을 넘는 현실이 이를 입증한다.

"한국인을 위한 베트남어 회화"는 베트남어를 배우려는 국내의 모든 한국인들을 위해 쓰여졌다. 그리고 이 책은 초급부터 고급까지 모두 4권으로 구성되었다.

어떻든 이번에 발행되는 개정판이 베트남어를 배우고자 하는 국내의 모든 이들에게 크게 도움이 되었으면 한다. 수정·보완되었다고 하지만 완벽할 수는 없다. 따라서 미흡한 부분들은 독자들의 비평과 충고를 받아들여 차후에 또 수정·보완할 예정이다.

2017년 2월

송정남

Contents

Bài 01

GIỚI THIỆU VÀ LÀM QUEN

Vietnamese Conversation 3

Hội thoại (회화)

(Ở quán cà phê)

Park: Chào anh Kim. Xin lỗi, anh đợi tôi có lâu không?

Kim: Không, tôi mới đến được khoảng mười phút thôi. Mời hai anh ngồi. Hai anh uống gì?

Park: Cho tôi cà phê đen, nóng. Anh Hải uống gì?

Hải: Tôi cũng vậy. À, thôi, cho tôi cà phê đá.

Kim: Hai anh chờ một chút, để tôi đi lấy. Tiệm cà phê này mình phải tự phục vụ.

(Một lúc sau)

Kim: Cà phê đây. Mời hai anh.

Park: Cám ơn anh Kim. Xin lỗi, chúng tôi bị kẹt xe, **mãi mà** không đi được. Ở Hàn Quốc, đi tàu điện có khi tiện hơn, nhanh hơn đi xe ô tô. À, xin giới thiệu với anh Hải, đây là anh Kim Tae Jun, bạn tôi. Anh ấy cũng là sinh viên năm ba, Khoa tiếng Việt, cùng lớp với tôi.

Hải Hân hạnh được biết anh Kim. Sao hôm giao lưu với sinh viên Khoa tiếng Việt tôi không gặp anh?

Kim: Chào anh Hải. Vì tôi vừa hoàn thành nghĩa vụ quân sự, mới trở lại học.

Hải: À, thì ra là vậy. Xin tự giới thiệu với anh, tôi tên là Hải, Trần Thanh Hải, tôi là sinh viên năm thứ tư, Trường Đại học Khoa học Xã hội và Nhân văn, Tp.HCM. Tôi sang đây học theo chương trình trao đổi sinh viên. Tôi mới đến Hàn Quốc được hơn một tháng thôi. Anh Park đã giúp đỡ tôi rất nhiều trong thời gian đầu khi tôi mới đến đây, còn bỡ ngỡ.

Park: Giúp **qua** giúp **lại** thôi mà, anh đừng ngại. Nếu tôi sang Việt Nam học, chắc chắn anh cũng sẽ giúp tôi, phải không?

Hải Đúng vậy.

Park(nói với Kim): Có anh Hải, cùng học, cùng đi chơi với nhau, tiếng Việt nói - nghe - hiểu của tôi tốt hơn trước.

Kim(cười): Đồng ý. Tôi cũng nghĩ như vậy. Anh Hải đang học ngành nào? Anh đến Hàn Quốc mấy lần rồi?

Hải: Tôi đang theo học ngành Hàn Quốc học, nhưng cũng có đăng ký học vài môn tự chọn ở khoa tiếng Việt. Đây là lần đầu tiên tôi đến Hàn Quốc. Tôi muốn tìm hiểu lịch sử và văn hóa Hàn Quốc, nhưng nói gì thì nói, **trước hết**, phải học thật giỏi tiếng Hàn **đã**.

Kịm: Đúng rồi. Muốn nghiên cứu hay làm việc tốt ở nước ngoài, điều đầu tiên là phải giỏi ngoại ngữ. Hay là chúng ta lập nhóm học tập ba người đi. Cùng học, cùng chơi sẽ mau tiến bộ.

Hải & Park (đồng thanh): Được đó. Nhất trí!

Bài đọc (독해)

Xin chào các bạn! Tôi tên là Lee Nam Sung, người Hàn Quốc. Lee là họ, còn Nam Sung là tên. Năm nay, tôi 24 tuổi và là sinh viên năm thứ ba, khoa Tiếng Việt, trường Đại học Ngoại ngữ Hàn Quốc. Tôi đã hoàn thành nghĩa vụ quân sự.

Tôi có thể nói được tiếng Việt nhưng không giỏi lắm. Năm ngoái, tôi đã học tiếng Việt ở Hà Nội 2 tháng. Tôi rất thích tìm hiểu lịch sử và văn hóa Việt Nam. Tôi hy vọng, sau khi tốt nghiệp đại học, tôi sẽ tìm được việc làm ở Việt Nam.

Khi rỗi, tôi thích đọc sách, đọc báo, nghe nhạc và chơi bóng ném.

Các bạn thân mến! Tên tôi là Nguyễn Thị Kim Ngân, người Việt Nam. Năm nay, tôi 23 tuổi. Tôi đã tốt nghiệp ngành Hàn Quốc học tại trường Đại học Khoa học Xã hội và Nhân văn, Đại học Quốc gia Hà Nội. Tôi vừa đến Hàn Quốc tuần trước. Đây là lần thứ hai tôi đến Hàn Quốc. Lần này, tôi vừa thực tập tiếng Hàn vừa học cao học. Tôi định học ở đây khoảng từ 2 đến 3 năm.

Tôi thấy rằng, văn hóa Việt Nam và Hàn Quốc có nhiều nét tương đồng. Vì thế, tôi hy vọng trong thời gian học ở đây sẽ không gặp khó khăn gì. Sở thích của tôi là đọc sách, vào mạng internet, xem ca nhạc và đi mua sắm.

Còn các bạn thì sao?

Chào các bạn! Tôi xin tự giới thiệu, tôi là Park Sang Cheol, nhân viên công ty Sam Sung. Năm nay, tôi 27 tuổi. Cách đây 2 năm tôi là sinh viên khoa Tiếng Việt. Tôi có thể nói tiếng Việt và tiếng Anh.

Tôi chuẩn bị sang Việt Nam để làm việc. Tôi sẽ làm việc tại thành phố Hồ Chí Minh. Tôi rất thích cuộc sống ở Việt Nam.

Lúc rỗi, tôi thích gặp bạn bè, uống cà phê và nói chuyện. Sáng Chủ nhật cả gia đình tôi thường đi nhà thờ. Sở thích của các bạn thế nào? Có giống sở thích của tôi không?

Từ vựng (어휘)

hoàn thành(完城)	완성하다	nghĩa vụ quân sự(義務軍事)	병역의무
cử nhân(擧人)	학사학위	hy vọng(希望)	희망하다
lịch sử(歷史)	역사	việc làm	일
ngành	분야, 영역, 전공	nghiên cứu(研究)	연구하다
tốt nghiệp(卒業)	졸업하다	sở thích(所適)	취미
văn hóa(文化)	문화	du lịch(遊歷)	여행
nét, điểm(點)	특징, 점	tương đồng(相同)	비슷한, 유사한
cao học(高學)	대학원	vào mạng, truy cập	인터넷에 들어가다, 로그인하다
mua sắm	구입하다, 쇼핑하다	cuộc sống	삶
nhà thờ	교회, 성당	thân mến(親)	친애하는
thư điện tử (e-mail 書電子)	전자메일	điện thoại di động(電話移動)	손전화
bị kẹt xe	차가 막히다	đăng ký	등록하다
tàu điện(電)	전동차		

Chú giải ngữ pháp (문법해설)

1

... mãi (mà) ...

phó từ, biểu thị một việc kéo dài một cách liên tục như không thể ngừng, không thể dứt; thường dùng kết hợp với "**mà**" làm thành phần để có mệnh đề theo sau biểu thị kết quả trái ngược với phần để phía trước.

어떤 일이 계속하여 원치 않는 결과로 나타났을 때 쓰는 표현이다. 부사로 보통 **mà**와 결합한다.

Ví dụ

- Tôi nghĩ **mãi mà** không ra.
- Học **mãi mà** không thấy tiến bộ.
- Quyển sách đó đọc **mãi mà** không chán.
- Chúng tôi bị kẹt xe **mãi mà** không đi được.

2

... đầu tiên (trước hết), ... sau đó, ... cuối cùng ...

Đây là các từ thể hiện trình tự về thời gian của các nội dung được nói đến trong một thông báo. Trình tự này thường được dùng trong khẩu ngữ, trong ngôn ngữ nói phổ biến hơn ngôn ngữ viết. Trong trường hợp cụ thể, người ta có thể dùng: "**Thứ nhất ... thứ hai ... thứ ba** ...v.v.".

이는 일의 순서를 나타낼 때 쓴다. 주로 구어체에서 쓰며, 구체적인 경우 "**thứ nhất** ··· **thứ hai** ··· **thứ ba** ...v.v." 등의 형태로 대체할 수 있다. 의미는 첫째, 둘째, 셋째이다.

Ví dụ

- **Đầu tiên** chúng tôi nói chuyện với nhau, **sau đó** đi ăn với nhau và **cuối cùng**, chúng tôi chia tay nhau.
- Sinh viên nước ngoài muốn sang học ở Việt Nam, **đầu tiên** phải làm thủ tục visa, **sau đó** mua vé máy bay và **cuối cùng** sẽ bay đến Việt Nam.

- Hệ thống giáo dục phổ thông của Việt Nam gồm 3 cấp, **đầu tiên** là cấp tiểu học, **sau đó** là cấp trung học cơ sở và **cuối cùng** là trung học phổ thông.

3 ... đã (thường dùng trong hội thoại): từ biểu thị sự việc, hiện tượng nói đến cần làm trước những việc khác, thường dùng trong kết hợp "... đã", "rồi mới ...", "đã, rồi hãy ..."

이는 해야 할 일 중에 우선적인 것을 요구할 때 쓰는 표현이다. 단독 혹은 "**đã, rồi mới + 동사**", "**đã ... rồi hãy + 동사**" 형태로 쓴다. 보통 구어체에서 쓴다.

Ví dụ
- Chúng ta nghỉ một lát **đã**.
- Chị rửa rau sạch **đã**, rồi hãy cắt nhỏ.
- Em đánh dấu, ký tên vào đây **đã**, rồi mới nộp cho ngân hàng.
- Chúng ta đến bệnh viện thăm anh ấy **đã**, rồi hãy đi thư viện.
- Tôi lập danh sách những thứ cần mua **đã**, rồi mới đi mua sắm.

4

... qua ... lại ...

két cấu biểu thị tính chất lặp, tái diễn, ngược chiều với hành động, hoạt động vừa nói đến trước đó.

일어났던 행동이 재현되는 경우에 쓰는 표현이다. 주로 구어체에서 쓴다.

Ví dụ
- Anh ấy đánh quả cầu **qua** tôi đánh nó **lại**.
- Việc cãi **qua** cãi **lại** không giúp giải quyết được vấn đề.
- Vào dịp tết, hàng xóm thường tặng **qua** tặng **lại** những món ngon do mình tự tay nấu.
- Sáng nay, tôi và bạn ấy nhắn tin **qua** nhắn tin **lại** rất nhiều lần.

Luyện tập (어음 연습)

A 1. Trả lời các câu hỏi theo nội dung bài đọc:

- Trong ba người này, ai nhiều tuổi nhất? Ai ít tuổi nhất?
- Tên người Hàn Quốc thường có mấy phần? Những phần nào? Cho ví dụ?
- Đây là lần thứ mấy Thủy đến Hàn Quốc? Và lần này đến để làm gì?
- Trong ba người này, bạn thích ai nhất? Vì sao?
- Hãy cho biết tên người Việt có mấy phần? Những phần nào? Cho ví dụ?
- Nếu gặp ba người này, bạn thích làm quen với người nào? Vì sao?
- Thanh niên Hàn Quốc đi nghĩa vụ quân sự khi bao nhiêu tuổi? Và thời gian là bao lâu?

2. Chọn từ điền vào chỗ trống theo nội dung bài đọc:

- Anh Lee Nam Sung là người ______

① Việt Nam ② Trung Quốc ③ Hàn Quốc ④ Nhật Bản ⑤ Châu Âu

- Lee là họ còn Nam Sung là ______

① tên ② tên đệm ③ họ cha ④ họ mẹ ⑤ không phải tên

- Chúng tôi đã giới thiệu ______ các công ty những sinh viên giỏi.

① với ② cho ③ tự ④ để ⑤ của

- Chúng tôi thấy ______ , văn hóa Hàn Quốc và Việt Nam có nhiều nét tương đồng.

① khá ② nhiều ③ nên ④ vì ⑤ rằng (là)

- Lần này, họ sang Hàn Quốc để ··· tìm hiểu văn hóa ______ học cao học.

① ...vừa ...đã... ② ...và...và... ③ ...những...còn... ④ ...vừa...vừa... ⑤ chỉ ...thôi

- Vào các sáng Chủ nhật, ______ gia đình tôi đều đi nhà thờ.

① hết ② cả ③ mọi ④ toàn ⑤ tất cả

- Các anh ấy đã tốt nghiệp đại học ______ hơn hai năm rồi.

① từ đây ② cách ③ cách đây ④ trước đây ⑤ trước khi

- Chào các bạn! Tôi xin ______ giới thiệu, tên tôi là Kim Jae Hyun.

① tự cho ② cho ③ tự mình ④ mình ⑤ tự

3. Hãy tập giải thích các từ sau:

bỡ ngỡ ______

ngại ______

đăng ký ______

nghĩa vụ quân sự ______

tương đồng ______

4. Hãy điền các thông tin của bạn và bạn thân của bạn:

Thông tin	Bản thân	Bạn thân
Họ và tên?		
Tuổi?		
Nơi sinh?		
Quốc tịch?		
Địa chỉ hiện nay?		
Đang học năm thứ mấy?		
Ngành học?		
Trường đại học nào?		
Sở thích?		
Số điện thoại di động		
Địa chỉ e-mail		

5. Hãy tự giới thiệu bản thân theo các thông tin trên (viết và nói).

6. Hãy giới thiệu bạn thân của mình với một người nào đó theo thông tin ở luyện tập 4.

7. Bạn nói thế nào khi:

- Một người nào đó chào và hỏi thăm sức khỏe của bạn?
- Một người nào đó xin lỗi bạn?
- Một người nào đó cám ơn bạn?
- Bạn không đồng ý với một người nào đó?
- Bạn từ chối lời mời của một người nào đó?
- Bạn nhỡ (lỡ) hẹn với một người nào đó?

B 1. Dùng '*... mãi (mà)....*' viết hoàn thành câu:

- Tôi đợi xe buýt đã hơn mười phút. Xe buýt vẫn chưa đến.
- Tôi tìm chìa khóa xe nãy giờ. Tôi vẫn chưa tìm thấy.
- Em Lan học lời bài hát suốt mười lăm phút. Em Lan chưa thuộc lời bài hát.
- Tôi chờ điện thoại bạn tôi đã hơn nửa tiếng. Bạn tôi vẫn chưa gọi cho tôi.
- Đã hai hôm nay, ông Lâm cố gắng viết cho xong bản báo cáo. Hôm nay, ông ấy vẫn chưa viết xong.

2. **Dùng** trước tiên/ trước hết/ đầu tiên; sau đó/ rồi; kế tiếp/ **kế đến; cuối cùng kể lại trình tự một việc mà bạn dự định làm.**

3. Sử dụng các từ trên, sắp xếp theo thứ tự trước sau các hành động dưới đây:

- Cách pha chè Việt Nam:
  + cho lượng nước sôi vừa uống vào ấm rồi đợi 3 đến 5 phút.
  + cho lượng chè vừa uống vào ấm rồi rót nước sôi tráng chè.
  + tráng ấm chén bằng nước nóng.

- Cách giặt quần áo bằng máy giặt:
  + cho quần áo bẩn vào máy giặt cùng lượng bột giặt tương ứng.
  + khi chương trình giặt kết thúc và bạn lấy quần áo ra phơi.
  + cắm điện và chọn chương trình giặt cho máy.

- Cách nấu cơm bằng nồi cơm điện:
  + cho lượng gạo muốn nấu vào nồi cơm điện.
  + cắm điện và bật nút nấu.
  + vo gạo rồi cho lượng nước tương ứng với lượng gạo vào nồi.

- Thứ tự chuẩn bị một bát phở Việt Nam:
  + cho thịt gà (hoặc thịt bò), hành và các loại gia vị vào bát.
  + cho bánh phở vào bát đã được rửa sạch.
  + đổ nước dùng (nước phở) vừa đủ vào bát.

- Khi muốn xem một chương trình nào đó trên ti vi, bạn sẽ:
  + chọn kênh có chương trình bạn muốn xem.
  + chương trình kết thúc, tắt ti vi.
  + bật ti vi.

4. Dùng '*trước hết*' hay '*đã*' hoàn thành các câu sau:

- Hôm qua tôi rất bận. Ông giám đốc bảo tôi làm nhiều việc mà ______. phải viết xong bản báo cáo kết quả kinh doanh của công ty tháng trước và nộp cho ông ấy.
- Tôi định viết kế hoạch công tác cho tuần sau nhưng ông giám đốc bảo tôi phải viết xong bản báo cáo kết quả kinh doanh của công ty tháng trước và nộp cho ông ấy ______.
- Chi Lan định đi chợ Bến Thành mua sắm nhưng vì không còn tiền mặt nên ______ chị ấy phải ghé ATM để rút tiền.
- Chị Hoa rủ chị Lan đi mua sắm ở chợ Bến Thành nhưng chị Lan nói chị ấy phải ghé ATM để rút tiền ______.

5. Dùng *qua ... lại ...* viết lại các câu sau:

- Thời còn là sinh viên, tôi và anh ấy khá thân nhau. Chúng tôi thường mượn tiền bạc, vật dụng của nhau.

- Tôi và Mai thường ôn bài, tự học với nhau. Có gì chưa hiểu rõ, chúng tôi thường hỏi nhau.

- Khi còn nhỏ, tôi và em trai thường đánh nhau, giành đồ chơi của nhau. Kết quả cuối cùng thường là mẹ tôi phạt cả hai anh em.

- Khi tham gia những cuộc thi đấu thể thao, các thành viên trong đội chúng tôi thường chỉ cho nhau những kinh nghiệm thi đấu bổ ích.

Bài đọc thêm (읽기)

Cô Mai mới được nhận vào làm việc ở Công ty Thương mại và Sản xuất Giày Nam Việt. Đó là một công ty chuyên sản xuất và mua bán giày dép các loại. Hôm nay, cô Mai đến công ty nhận việc.

Cô Mai được cô Lan, phó phòng nhân sự, nơi cô sẽ làm việc, hướng dẫn đi tham quan, chào hỏi mọi người ở các phòng ban trong công ty. Sau đó, cô Lan giới thiệu cô Mai với các đồng nghiệp trong phòng nhân sự. Vì công ty Nam Việt là một doanh nghiệp vừa và nhỏ (SME) nên phòng nhân sự cũng kiêm luôn bộ phận thư ký. Mọi người trong phòng nhân sự chào hỏi cô Mai vui vẻ. Họ lần lượt giới thiệu tên, tuổi, chức danh và công việc của mình.

Phòng nhân sự sau khi có thêm cô Mai sẽ có tất cả 5 người: ông Lộc, trưởng phòng, phụ trách chung; cô Lan, phó phòng, phụ trách đào tạo; anh Hùng phụ trách công tác tuyển dụng; cô Hoa theo dõi nhân sự thường trực và cô Mai sẽ phụ trách công việc thư ký, tiếp đón khách, lo các thủ tục hành chính.

Cô Mai có ấn tượng rất tốt với cách sắp xếp, tổ chức phòng làm việc cũng như thái độ vui vẻ, lịch sự của các nhân viên công ty.

Cô Mai hy vọng mình sẽ sớm làm quen với mọi người và thích ứng tốt với công việc.

Bài 02

GIA ĐÌNH VÀ QUAN HỆ GIA ĐÌNH

Vietnamese Conversation 3

Hội thoại (회화)

Kim: Khi học tiếng Việt, mình thấy cách xưng hô của người Việt rắc rối và khó nhớ quá!

Hoa: Mình cũng thấy nhiều người nước ngoài nói như vậy.

Kim: Theo bạn, để sử dụng đúng cách xưng hô của người Việt thì nên làm thế nào?

Hoa: Quả thật là cũng khó đấy! Bởi vì đối với người Việt Nam, cách xưng hô đã trở thành một nét văn hóa, có tính truyền thống lâu đời. Trong giao tiếp, người ta thường xưng hô dựa theo tuổi tác, vị trí xã hội và bị chi phối bởi quan hệ gia đình···

Kim: Mình còn nghe nói, cách xưng hô ở mỗi vùng mỗi khác có đúng như vậy không?

Hoa: Nói như vậy thì cũng không sai. Nhưng mình thấy sự khác nhau giữa các địa phương không nhiều lắm! Bạn cũng đừng quá lo lắng. Theo mình, phương pháp tốt nhất có lẽ là nên tiếp xúc với nhiều người, nhiều lứa tuổi, chú ý nghe và tập nói chuyện nhiều.

Kim: Cảm ơn bạn, mình sẽ thử xem sao!

Bài đọc (독해)

Cách xưng hô của người Việt

Xã hội Việt Nam tuân theo tuổi tác nên cách xưng hô khá phức tạp. Tên riêng của một người Việt thường có 3 phần: **họ, tên đệm** và **tên**. Các phần được sắp xếp theo trật tự: đầu tiên là **họ**, sau đó đến **tên đệm** rồi cuối cùng là **tên**. Ví dụ: Hoàng Mai Linh, Hoàng là họ, Mai là tên đệm và Linh là tên.

Trong đời sống hàng ngày, người ta thường gọi nhau bằng tên. Trường hợp có nhiều tên trùng nhau thì người ta gọi tên riêng cùng với tên đệm. Chẳng hạn: Vân Trang, Minh Trang, Mai Trang, Thanh Trang, ⋯v.v. Cần lưu ý, "Văn" là tên đệm thường dùng cho nam và "Thị" là tên đệm thường dùng cho nữ. Người Việt gọi nhau bằng tên hoặc tên đệm với tên riêng chỉ trong tình huống không nghi thức mà thôi.

Trong tình huống nghi thức, người già thường được xưng hô bằng: "**Cụ + tên** riêng". Ví dụ: Cụ Hồng, cụ Mai, cụ Tám, …v.v. **Cụ** thường được dùng chung cho cả hai giới: nam và nữ. Còn cách gọi "**bác** hay **chú + tên** riêng" thường dùng cho những người trung niên, nam giới. Chẳng hạn: bác Hoán, chú Hùng, bác Tiến, … v.v. Còn đối với nữ giới ở độ tuổi trung niên, tiếng Việt sử dụng: "**Cô + tên** riêng", ví dụ: cô Lan, cô Hương, cô Hà, …v.v. Tuy nhiên, ở một số địa phương ở miền Trung và miền Nam Việt Nam, người ta lại gọi bằng **Thím hay Dì**: thím Lan, thím Hương, dì Hà …v.v.

Trước đây, người Việt thường dùng: "**Ông/Bà + tên** riêng" để tỏ ý tôn trọng, như: ông Hùng, bà Hòa, bà Liên, ông Tuấn … Ngày nay, "ông/bà" đôi khi được dùng để biểu thị sự thân mật, bình đẳng.

(Phỏng theo Tân Việt)

Từ vựng (어휘)

họ hàng	친족	bên ngoại(外)	외가
bên nội(內)	친가	con dâu	며느리
cụ	할아버지, 할머니	chắt	증손
con rể	사위	thông gia(通家)	사돈
con cả (trưởng長)	장남, 장자	con út	막내
con thứ(序)	차남, 중자	con một	독자
bố mẹ chồng	시부모	bố mẹ vợ	장인장모
cháu nội(內)	친손	cháu ngoại(外)	외손
anh (em) ruột	친형제	anh (em) họ	친족형제
bác	큰아버지, 큰어머니	chú	작은 아버지, 아저씨
cô, dì	작은 고모, 이모	con nuôi	양자
mẹ kế (ghẻ)	계모	cha kế (dượng)	계부
xưng hô(稱號)	칭호	rắc rối	복잡한
lâu đời	몇 세대가 지난, 오랜	tuân theo(遵)	준행하다, 따르다
chi phối(支配)	지배하다	tiếp xúc(接觸)	접촉하다
lứa tuổi	나이	trật tự(秩序)	질서
trùng nhau	서로 겹치다	tình huống(情況)	정황, 상황
nghi thức(意識)	의식	trung niên(中年)	중년
tỏ ý(意)	뜻을 표하다, 의견을 밝히다	biểu thị(表示)	표시하다
bình đẳng(平等)	평등하다	tôn trọng(尊重)	존중하다

Chú giải ngữ pháp (문법해설)

1

giống / khác
giống nhau / khác nhau

Khi sử dụng "**giống (nhau) / khác (nhau)**" cần lưu ý về vị trí của chủ ngữ trong câu.

"**Giống (nhau) / khác (nhau)**"는 "…와 서로 같다" 혹은 "…와 서로 다르다"라는 뜻을 나타낼 때 쓰는 표현이다. 쓰임에서 주어의 위치에 주의해야 한다.

Ví dụ

- Trong gia đình, tôi **giống** mẹ tôi.
- Trong gia đình, tôi và mẹ tôi **giống nhau**.
- Mặc dù cùng một bố mẹ nhưng tính tôi **khác** tính em tôi.
- Mặc dù cùng một bố mẹ nhưng tính tôi và em tôi **khác nhau**.

2

…형용사 + như / bằng
…형용사 + như nhau / bằng nhau

"như", "bằng" là những giới từ so sánh về tính chất, đặc trưng của 2 sự vật, đối tượng … Tuy nhiên, cách sử dụng của hai từ này hơi khác nhau: "bằng" thường đi sau các tính từ "đo, đếm" được, như "cao, dài, sâu, nóng, lạnh …", còn "như" thường sau các tính từ "không đo, đếm" được, ví dụ:

"**đẹp, tốt, thông minh, …**", "**như**", "**bằng**"은 "…처럼(만큼) 형용사하다"라는 의미로 두 개의 사물 혹은 대상의 성질과 특징을 비교하는 연결사이다. 그렇지만, 이 두 연결사의 쓰임은 약간의 차이가 있다. "**bằng**"은 "**cao, dài, sâu, nóng, lạnh, …**"처럼 측정 혹은 셀 수 있는 형용사 뒤에, "**như**"는 "**đẹp, tốt, thông minh, …**"처럼 측정 혹은 셀 수 없는 형용사 뒤에 온다.

Ví dụ

- Vali này **nặng bằng** vali kia.
- Cô ấy **đẹp như** tiên.
- Hai anh em nhà ấy **giống nhau như** đúc.
- Hai con sông này **dài bằng nhau**.

• Lưu ý về cách sử dụng đại từ nhân xưng:

Ví dụ

Ngôi thứ nhất	Ngôi thứ hai
Ông, bà →	← Cháu
Bố, mẹ →	← Con
Thầy, cô giáo →	← Em
Anh, chị →	← Em
Bác, chú, cậu → Cô, dì, thím →	← Cháu ← Cháu

* Ở miền Nam, khi trò chuyện với các vai trên: ông, bà, bác, chú, cậu, cô, dì, thím,... người ở vai dưới cũng xưng 'con': Ông, bà <=> cháu/ con.

Luyện tập (어음 연습)

A 1. Thử khả năng phát triển vốn từ:

Ví dụ

con → con trai
con → con gái
con → con đẻ
con → con nuôi
con → con riêng
con → con chung, …v.v.

Tiếp tục với:

bố → ______.
mẹ → ______.
anh → ______.
chị → ______.
em → ______.
cháu → ______.

2. Hãy tìm các danh từ hai âm tiết và đặt câu với chúng:

Ví dụ họ → họ hàng

Tiếp tục với:

bố → ______.
con → ______.
cháu → ______.
anh → ______.
mẹ → ______.
chú → ______.
cô → ______.

3. Dựa theo hội thoại và bài đọc, trả lời các câu hỏi sau:

- Kim có nhận xét gì về cách xưng hô của tiếng Việt?
- Kim đã hỏi Hoa điều gì?
- Hoa đã giải thích thế nào?
- Hoa đã khuyên Kim nên làm gì để có thể sử dụng đúng cách xưng hô của người Việt?
- Tên riêng của người Việt thường gồm mấy phần? Và được sắp xếp theo trật tự như thế nào? Cho ví dụ?
- Trong trường hợp có nhiều người trùng tên, thì người ta gọi nhau thế nào?
- Người Việt thường gọi nhau chỉ bằng tên riêng trong trường hợp nào?
- Cách gọi "bác/chú + tên riêng" dùng cho lứa tuổi nào?
- Tên riêng của người Hàn gồm mấy phần? Và được sắp xếp theo trật tự như thế nào?
- Trong tình huống không nghi thức, người Hàn có gọi nhau bằng tên không? Nếu không thì xưng hô với nhau bằng gì?
- Hãy cho biết sự khác nhau giữa tên riêng của người Hàn và người Việt?

4. Chọn từ điền vào chỗ trống theo nội dung bài đọc:

- Khi học tiếng Việt, Kim thấy cách xưng hô của người Việt ______ và khó nhớ.

① rất dễ ② rắc rối ③ không khó ④ vừa vừa ⑤ vừa phải

- Đối với người Việt Nam, cách xưng hô đã ______ một nét văn hóa.

① biến thành ② hóa ra ③ hóa nên ④ trở thành ⑤ biến hóa

- Trong giao tiếp, người Việt thường tuân theo ______ và bị chi phối bởi quan hệ gia đình.

① năm tháng ② thời gian ③ tuổi tác ④ ngày ⑤ tháng

- Tên riêng của người Việt Nam thường gồm ______ phần.

① hai ② ba ③ bốn ④ năm ⑤ sáu

- Các phần được sắp xếp theo trật tự: đầu tiên là ______, sau đó đến tên đệm rồi cuối cùng là tên.

① tên ② tên lót ③ tên đệm ④ họ mẹ ⑤ họ

- Trong đời sống hàng ngày, người Việt Nam thường gọi nhau bằng ______

① tên ② họ ③ tên đệm ④ họ và tên đệm ⑤ tên lót

- Trong tình huống nghi thức, ______ thường được gọi bằng: "Cụ + tên riêng"

① trẻ em ② thanh niên ③ người già ④ trung niên ⑤ phụ nữ

- Đối với ______ ở độ tuổi trung niên, tiếng Việt sử dụng: "Cô + tên riêng"

① nam giới ② nữ giới ③ người già ④ đàn ông ⑤ thanh niên

5. Điền vào chỗ trống đại từ nhân xưng thích hợp:

A Trên đường đi học về, Nam gặp một cụ già

- Cháu Nam : ______ chào ______ ạ!
- Cụ già ______ ngoan quá!
- Cháu Nam : ______ đi đâu đấy ______!
- Cụ già : À!, ______ đi dạo một chút cho khỏe!

B Con gái đi học về và gặp mẹ đang nấu cơm

Con gái: ____________ chào mẹ!

Mẹ: ____________ chào ____________

Con gái: Bố ____________ đã về nhà chưa, hở mẹ?

Mẹ: Chưa, bố vừa gọi điện cho ____________, nói là tối nay ____________ về muộn. Bây giờ, ____________ đi thay quần áo, tắm rửa, rồi mẹ sẽ chuẩn bị cơm hai ____________ cùng ăn.

Con gái: Dạ, ____________ cám ơn ____________!

6. Hãy tập giải thích các từ sau:

Ví dụ

- "**Bác**" là anh trai của bố.
- Anh của bố tôi là **bác** tôi.

Tiếp tục với:

bố → ________.

Chú → ________.

Bác → ________.

Con dâu → ________.

Cô, dì → ________.

Con rể → ________.

Con nuôi → ________.

Cháu đích tôn → ________.

Thông gia → ________.

B 1. Hãy quan sát và so sánh. Ví dụ:

- *Hình* **A** *giống hình* **B**
- *Hình* **A** *và hình* **B** *giống nhau*
- *Hình* **A** *khác hình* **I**
- *Hình* **A** *và hình* **I** *khác nhau*

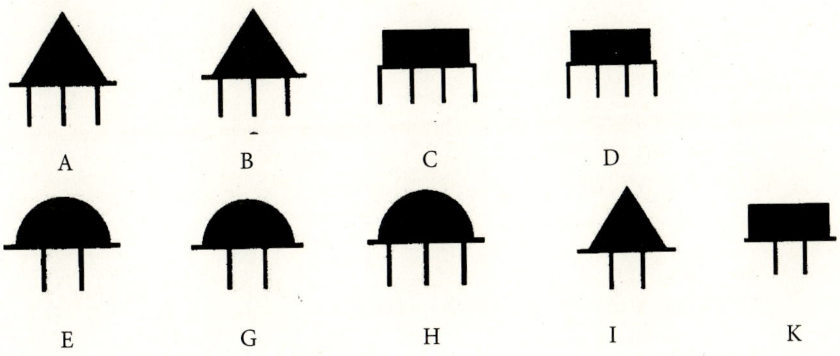

Lần lượt so sánh với các hình trên.

2. Hãy chọn và điền các từ "giống", "khác", "giống nhau", "khác nhau" vào các câu dưới đây:

- Ngày xưa, ở một làng nọ, có hai anh em ________ như đúc.
- Mỗi người đều có suy nghĩ ________, tôi ________ anh, anh ________ tôi.
- Bố mẹ tôi thường nói rằng, tôi ________ bố tôi, còn em gái tôi lại ________ mẹ tôi.
- Chúng tôi thấy văn hóa Việt Nam và Hàn Quốc không ________ nhiều lắm.
- Mỗi dân tộc đều có một nền văn hóa ________
- Ở Việt Nam, khí hậu của miền Nam ________ khí hậu của miền Bắc: miền Nam có hai mùa, còn miền Bắc có 4 mùa. Phong tục Nam Bắc cũng ________
- Người xưa có câu: "Con trai ________ mẹ khó ba đời", còn "Con gái ________ cha giàu ba họ".

3. Hãy chọn và điền các từ "như", "bằng", "như nhau", "bằng nhau" vào các câu dưới đây:

- Ngày nay, ở Hàn Quốc con trai và con gái đều được tôn trọng ______
- Khi sống ở Việt Nam, chúng tôi coi nhau ______ anh em.
- Việc này rõ ______ ban ngày mà nó còn cãi.
- Cũng ______ anh, họ đều là những sinh viên đến Việt Nam để học tiếng Việt.
- ______ các bạn đã biết, Việt Nam là một đất nước có một nền văn hóa lâu đời.
- Ngọn núi này cao ______ ngọn núi kia.
- Họ là hai anh em sinh đôi nên có tuổi ______

4. Hãy điền "như" hay "bằng":

- Em gái tôi cao ______ mẹ tôi nhưng không đẹp ______ mẹ tôi.
- Thời tiết hôm nay lạnh ______ hôm qua.
- Tôi và anh ấy cao và nặng ______ nhau nhưng tuổi không ______ nhau.
- Hoàn cảnh gia đình của chúng tôi không ______ nhau.
- Ông bà ấy đối xử rất tốt với tôi, họ coi tôi ______ con.
- Con sông này dài ______ con sông kia.

5. Hãy tìm các đại từ nhân xưng nếu:

- trong một gia đình có 4 thế hệ cùng sinh sống?
- trong một gia đình có 3 thế hệ cùng sinh sống?
- trong một gia đình có 2 thế hệ cùng sinh sống?

6. Trong một gia đình có 5 người con, thì:

- người con thứ nhất được gọi là con gì?
- người con cuối cùng được gọi là con gì?
- những người con từ thứ hai đến thứ tư được gọi là con gì?

7. Ở Hàn Quốc, sau khi kết hôn, thì:

- người vợ gọi người chồng bằng đại từ gì?
- người chồng gọi người vợ bằng đại từ gì?

8. Tìm và điền các từ gợi ý ở bên phải vào các chỗ trống:

- ______ ông, bà dùng cơm.	*cho*
- Xin đợi một chút, tôi sẽ đến ______	*gì*
- Chào chị. Dạo này có ______ mới không?	*họ*
- Theo anh, hai cái bình này, cái ______ đẹp hơn?	*ngay*
- Anh ấy định sang Việt Nam chơi ______ biết.	*nào*
- ______ nói, ở khách sạn đó vừa rẻ vừa dễ chịu.	*mời*
- Tôi sẽ trả lời chị ______ suy nghĩ kĩ việc đó.	*sau khi*

Bài đọc thêm (읽기)

Gia đình truyền thống người Việt thường có nhiều thế hệ cùng huyết thống, sống chung với nhau, gọi là đại gia đình. Mô hình thường thấy là gia đình ba thế hệ: ông bà - cha mẹ - con cái.

Theo kiểu gia đình truyền thống thì khi con cái lớn lên, trưởng thành, lập gia đình, những người con trai có thể tiếp tục sống chung với cha mẹ hoặc ra riêng nếu có điều kiện; con gái thì phải theo chồng. Tuy nhiên, đối với gia đình hiếm muộn, hay có gia cảnh khó khăn thì cũng có trường hợp 'bắt rể' hay 'ở rể'.

Ở miền Bắc và miền Trung, con trai cả có trách nhiệm chăm sóc cha mẹ già và lo việc thờ cúng gia tiên. Ở miền Nam, cha mẹ lại thường chọn sống với người con út, nên có câu tục ngữ: "Giàu út ăn, khó út chịu".

Theo một nghiên cứu xã hội học, chính quan niệm phải có con trai để lo việc thờ cúng tổ tiên và nối dõi tông đường đã tạo ra tâm lý 'khát con trai' và sự bất bình đẳng giới trong xã hội.

Ngày nay, gia đình hiện đại thiên về cấu trúc hạt nhân, còn gọi là gia đình nhỏ, chỉ hai thế hệ: ba mẹ - con cái. Kiểu gia đình này được xem là ngày càng phổ biến, phù hợp với lối sống hiện đại, công nghiệp phát triển.

Vì tỉ lệ sinh cao, dân số đông nên chính phủ Việt Nam có chính sách 'Kế hoạch hóa gia đình' nhằm giảm số con trong gia đình. "*Gia đình hai con, vợ chồng hạnh phúc.*"; "*Mỗi gia đình chỉ nên có từ một đến hai con.*" là những khẩu hiệu cổ động có thể nhìn thấy nhiều trên băng rôn, bảng hiệu ở các đường phố ở Việt Nam.

Bản ghi nhớ

Bài 03

KHÍ HẬU VÀ THỜI TIẾT

Vietnamese Conversation 3

Hội thoại (회화)

(Hai sinh viên ở Hà Nội đang nói chuyện với nhau về thời tiết.)

Tâm: Chào anh Kim, khỏe không?

Kim: Cám ơn chị Tâm, tôi bình thường. Chị khỏe không? Sao mặc áo dày thế này?

Tâm: Mấy hôm nay mưa gió liên miên làm tôi không đi ra ngoài chạy bộ được. Tôi thấy ớn lạnh giống như bị cảm. Nghe nói Hà Nội đang bị ảnh hưởng bão thì phải.

Kim: Đúng vậy. Tôi đọc báo thấy đăng hình cây cối bị đổ, gãy, đường phố bị ngập nước nhiều. Nhưng theo dự báo thời tiết thì trời sẽ hửng nắng sau bữa trưa hôm nay.

Tâm: Được vậy thì tốt quá. Gần đây khí hậu toàn cầu thay đổi làm thời tiết trở nên thất thường quá. Chỗ thì bão lụt, chỗ thì hạn hán. Mưa bão nhiều làm tôi nhớ quê nhà lắm.

Kim: Quê chị Tâm ở đâu?

Tâm: Quê tôi ở Huế. Vào mùa mưa, trời lúc nào cũng u ám và mưa dầm, kéo dài từ ngày này sang ngày khác, có khi suốt cả mấy tuần liền. Buồn lắm. À, anh Kim là người Hàn Quốc, phải không? Thời tiết ở Hàn Quốc thế nào hả anh?

Kim: Vâng, tôi là người Hàn Quốc. Nói chung, Hàn Quốc có bốn mùa rõ rệt: xuân, hè, thu, đông. Mùa xuân thì ấm áp, đủ các loại hoa thi nhau nở; mùa hè thì nóng bức nhưng không ẩm ướt bằng Hà Nội; mùa đông lạnh, khô và tuyết rơi nhiều, có hôm sương mù dày đặc, không nhìn xa quá 05 mét.

Tâm: Hiện giờ, ở Hàn Quốc đang là mùa thu, phải không anh?

Kim: Vâng, giờ Hàn Quốc đang là mùa thu, là mùa mà người Hàn, ai cũng yêu thích. Vào mùa thu, không khí khô lạnh nhưng bầu trời trong xanh và phong cảnh trở nên đẹp khác thường nhờ khắp nơi đỏ rực sắc màu của cây lá.

Tâm: Nghe anh tả mà tôi thích quá. Ước gì tôi có dịp du lịch sang Hàn Quốc một chuyến.

Bài đọc (독해)

Vài nét về khí hậu Hàn Quốc

Khí hậu Hàn Quốc có bốn mùa rõ rệt. Mùa Xuân và mùa Thu khá ngắn. Mùa Hè nóng và ẩm ướt. Còn mùa Đông thì lạnh, khô và tuyết rơi nhiều.

Gần đây, khí hậu toàn cầu thay đổi đã ảnh hưởng tới bán đảo Hàn Quốc, làm cho lượng mưa nhiều hơn vào mùa Hè và giảm lượng tuyết rơi vào mùa Đông. Khí hậu cũng khác nhau tại các vùng trên đất nước. Nhiệt độ trung bình của cả nước từ 6oC đến 16oC. Tháng nóng nhất trong năm là tháng Tám. Nhiệt độ trung bình của tháng này từ 19oC đến 27oC. Còn tháng lạnh nhất trong năm là tháng Giêng và nhiệt độ trung bình của tháng này là từ -8oC đến 6oC.

Vào đầu Xuân, thời tiết không thể dự báo được vì mưa thường xuyên và gió bão cuốn theo "bụi cát vàng" từ các sa mạc phía Bắc Trung Quốc. Nhưng vào giữa tháng Tư, cả nước được hưởng một thời tiết êm dịu. Trên những ngọn núi và dưới các dòng sông ngập tràn đủ loại màu sắc của các loài hoa, đặc biệt là hoa Anh đào. Đây cũng là thời gian người nông dân chuẩn bị hạt giống cho vụ lúa hàng năm.

Vào mùa Thu, không khí khô, lạnh nhưng bầu trời lại trong xanh như pha lê. Mùa Thu là mùa mà tất cả người Hàn Quốc đều yêu thích. Phong cảnh nông thôn đẹp khác thường. Khắp nơi trên đất nước Hàn Quốc đỏ rực sắc màu của cây, của lá. Mùa Thu là mùa gặt hái, đồng thời cũng là mùa của những lễ hội dân gian có nguồn gốc từ thời xa xưa.

Từ vựng (어휘)

dự báo thời tiết (豫報時節)	일기예보	**ấm**	따뜻한
ẩm	습한	**cơn**	바람, 비 등에 쓰는 류사(類詞)
gió	바람	**gió nhẹ/mạnh**	미풍/강풍
bão	태풍	**mưa rào**	소나기
mưa dầm	장마	**mưa phùn**	이슬비
mùa mưa	우기	**nắng**	햇빛이 있는, 햇살이 내리쬐는(맑은)
mùa khô	건기	**nhiệt độ**(熱度)	온도
lụt (lội)	홍수	**hạn (hán)**	가뭄

giông	일기의 갑작스런 변동	**chi tiết(枝節)**	자세히
rét	추운	**tuyết(雪)**	눈
(gió) thổi	(바람이) 불다	**(tuyết) rơi**	(눈이) 내리다
mây	구름	**trung bình(中平)**	평균
trời đẹp	날씨가 좋은, 날씨가 맑은	**trời u ám**	날씨가 구름으로 어두컴컴한
trời nhiều mây	구름이 많은	**sấm**	천둥
sét	번개	**sương mù**	안개
lãnh thổ(領土)	영토	**bao trùm**	덮다
mưa rải rác	비가 간간이 내리다	**mưa liên miên (連綿)**	비가 계속 내리다
quang mây	구름이 없는	**hửng nắng**	날씨가 맑다
toàn cầu(全球)	지구	**ảnh hưởng(影響)**	영향
bán đảo(半島)	반도	**lượng, số lượng(數量)**	량, 수량
sa mạc(沙漠)	사막	**tràn ngập**	잠기다
hạt giống	씨앗	**đỏ rực**	화려하게 물들다
lễ hội(禮會)	축제	**nguồn gốc**	뿌리, 근원
âm, độ âm(度陰)	마이너스, 음	**xa xưa**	옛날

Chú giải ngữ pháp (문법해설)

1

… chứ không (chưa) …

… chứ không phải là …

"**A chứ không(chưa) B**" là kết cấu để nối hai thành phần câu, hai nội dung có ý nghĩa trái ngược nhau. Nói một cách khác, khẳng định nội dung của A (tức phần trước) đồng thời phủ định nội dung của B (tức phần sau).

"**chứ không(chưa)**"는 서로 상반된 의미를 갖는 내용을 연결할 때 쓴다. "A"는 긍정의 내용을, "B"는 부정의 내용을 말한다. "A이지 B가 아니다"하는 뜻으로 A는 B의 내용을 강하게 부정하는 의미를 가진다.

Ví dụ

- Tiếng Việt dễ **chứ không** khó.
- Trời vẫn đang mưa **chứ chưa** tạnh.
- Chúng em là sinh viên **chứ không phải là** nhân viên.
- Em muốn gặp thầy **chứ không** muốn gặp cô.

2

… đấy?

... đấy!

"… **đấy?**" thường được dùng cuối câu hỏi để tăng thêm tính "thân mật", còn "**… đấy!**" trong câu tường thuật biểu thị ý nghĩa thông báo hoặc cảnh báo trước một thông tin nào đó.

"… **đấy?**"는 화자가 청자에게 친근감을 더하기 위하여 의문문의 문미에 쓴다. "… **đấy!**"는 평서문에서 청자에게 어떤 소식을 미리 알리거나 경고 할 때 쓴다.

Ví dụ

- Các bạn đang làm gì **đấy?**
- Anh chị đang đi đâu **đấy?**
- Theo dự báo, ngày mai có mưa to **đấy!**
- Đừng quên chiều mai có cuộc họp quan trọng **đấy!**

3

… cả … lẫn (và) …

"**cả … lẫn (và) …**" là cặp liên từ dùng để nhấn mạnh và biểu thị mối quan hệ bình đẳng giữa các sự vật, hiện tượng được nói đến. Cặp liên từ này, thường được dùng để nối các danh từ với nhau.

"**cả … lẫn (và) …**"는 "A와 B"라는 뜻으로, 언급되는 사물이나 현상 간의 대등관계를 강조 혹은 표현하기 위하여 사용하는 연결사이다. 이 연결사는 명사와 명사를 연결한다.

Ví dụ

- **Cả** *tôi* **lẫn** *em gái tôi* đều học ở trường đại học này.
- Các sinh viên ở đây học **cả** *tiếng Việt* **lẫn** *tiếng Anh.*
- **Cả** *hôm qua* **lẫn** *hôm nay,* trời đều mưa.
- Nhờ có bác sĩ giỏi mà bệnh viện đã cứu được **cả** *mẹ* **lẫn** *con.*

Luyện tập (어음 연습)

A 1. Tìm các từ trái nghĩa và đặt câu với chúng:

mùa khô → ______.

trời nhiều mây → ______.

nắng → ______.

hạn hán → ______.

ẩm → ______.

gió nhẹ → ______.

rét → ______.

trời đẹp → ______.

2. Chọn từ điền vào chỗ trống theo nội dung bài đọc:

- Vào tối và đêm qua, người dân cả nước được đón một mùa Giáng sinh ______ trong thời tiết đẹp và se lạnh.

① buồn ② không vui ③ vui vẻ ④ buồn bã ⑤ bận rộn

- Ở miền Bắc, Hà Nội không mưa, tiết trời vừa ______ lạnh, không quá rét.

① đủ ② quá ③ rất ④ vô cùng ⑤ khá

- Tuy nhiên, sau đó mưa chỉ còn rất nhẹ nên vẫn không làm ______ lượng người thành phố đổ ra đường đón chào một đêm Giáng sinh vui vẻ.

① tăng ② giảm ③ cao ④ hạ ⑤ xuống

- Để biết thêm ______, mời các bạn theo dõi dự báo cho các vùng trong ngày mai.

① rõ ② cẩn thận ③ kỹ ④ được ⑤ chi tiết

- Mùa Đông ở Hàn Quốc lạnh, khô và có nhiều ______

① nắng ② tuyết ③ nóng ④ đẹp ⑤ sáng

- Ở Hàn Quốc, khí hậu giữa các vùng không ______ nhau.

① khác ② bằng ③ giống ④ tương đương ⑤ như

- Tháng nóng nhất trong năm ở Hàn Quốc là tháng ______

① Tám ② Hai ③ Chạp ④ Giêng ⑤ Tư

- Hoa Anh đào ở Hàn Quốc thường nở vào tháng ______

① Giêng ② Chạp ③ Hai ④ Tám ⑤ Tư

- ______ là mùa mà tất cả mọi người Hàn Quốc đều thích.

① mùa Hè ② mùa Đông ③ mùa mưa ④ mùa Thu ⑤ mùa xuân

3. Trả lời các câu hỏi sau theo nội dung bài đọc:

- Ở Hàn Quốc, một năm có mấy mùa? Đó là những mùa nào?
- Tháng nóng nhất và tháng lạnh nhất ở Hàn Quốc là những tháng nào? Và nhiệt độ là bao nhiêu?
- Bạn cho biết những đặc điểm của mùa Xuân ở Hàn Quốc và những lễ hội truyền thống tổ chức vào mùa này?
- Bạn cho biết những đặc điểm của mùa Thu ở Hàn Quốc và những lễ hội truyền thống tổ chức vào mùa này?

4. Giải thích các từ sau:

mưa dầm → ______.

mưa phùn → ______.

hạn hán → ______.

oi bức → ______.

trời u ám → ______.

nhiệt độ trung bình → ______.

trời quang mây → ______.

mưa liên miên → ______.

mưa rào → ______.

gió Đông Bắc → ______.

5. Hãy đọc, hiểu các thông tin và nói về thời tiết các vùng:

Dự báo thời tiết

khu vực Tây Bắc	khu vực Hà Nội	khu vực Tây Nguyên
- nhiều mây - có mưa rải rác ở một số nơi … - gió Đông Nam cấp 2, cấp 3 - nhiệt độ trung bình từ 21 đến 26 °C	- ít mây - không mưa, trời nắng - gió Đông Nam cấp 2, cấp 3 - nhiệt độ trung bình từ 23 đến 30 °C	- nắng nhẹ, không mưa, trời mát. - gió Tây Nam cấp 2, cấp 3 - nhiệt độ trung bình từ 15 đến 23 °C

6. Hãy miêu tả thời tiết, đặc điểm các mùa trong năm ở nước bạn:

Ví dụ

Mùa Xuân ở miền Bắc Việt Nam kéo dài từ sau Tết Nguyên Đán đến cuối tháng 3 hàng năm. Vào đầu mùa Xuân, thời tiết hơi lạnh. Không khí ẩm ướt, có nhiều mưa phùn. Khoảng giữa và cuối mùa Xuân, không khí ấm áp, ít mưa. Độ ẩm khá cao. Mùa Xuân là mùa cây cối đâm chồi, nảy lộc. Hoa nở nhiều.

Tiếp tục với:

Mùa Xuân, mùa Hè, mùa Thu và **mùa Đông** ở Hàn Quốc.

7. Bạn hãy cho biết:

- Ở Hàn Quốc, một năm có mấy mùa? Mùa nào lạnh nhất và mùa nào nóng nhất?
- Mùa Xuân Hàn Quốc kéo dài từ tháng nào đến tháng nào? Đặc điểm của mùa Xuân ở Hàn Quốc là gì?
- So với Việt Nam, mùa Đông ở Hàn Quốc có đặc điểm gì giống và khác?
- Nhiệt độ trung bình thấp nhất và cao nhất ở Hàn Quốc là bao nhiêu?
- Bạn thích nhất mùa nào? Vì sao?
- Theo bạn, ở Hàn Quốc, thời tiết ở đâu đẹp nhất? Tại sao?
- Hàng ngày, bạn có nghe dự báo thời tiết không? Vì sao?

B 1. Hãy điền "… chứ không (chưa) …" hoặc "… chứ không phải là …" vào các câu dưới đây:

- Họ là người châu Âu ________ người châu Á.
- Theo dự báo thời tiết, ngày mai trời mưa ________ nắng.
- Bài tập này dễ ________ khó.
- Em thích cà phê ________ thích bia.
- Khi bị phê bình, anh ấy chỉ im lặng ________ nói.
- Từ này viết dấu Huyền ________ dấu Nặng.
- Họ chỉ biết Việt Nam qua sách, báo ________ bao giờ sang Việt Nam.

2. Luyện tập: Hãy điền "… đấy?" hoặc "… đấy!" vào các câu dưới đây:

- Bạn có nhớ không ngày mai là sinh nhật chị Kim ________.
- Chiều qua, tớ nhìn thấy các cậu ở khu vực Hồ Hoàn Kiếm, các cậu đi đâu ________.
- Trong tiếng Việt, từ "chào" thường đi đôi với từ "hỏi" nên thỉnh thoảng người Việt Nam, dùng các câu như: "Anh đi đâu ________; Chị đang làm gì ________" thay cho lời chào.
- Nếu muốn mình đón thì khi đến sân bay nhớ gọi điện ngay cho mình ________.
- Ở Hà Nội, khi qua đường, cậu phải cẩn thận ________.

3. Sử dụng kết cấu "cả … lẫn …" để biến đổi các câu sau:

- Tôi và chị ấy đều là người Hàn Quốc.
- Anh ấy biết tiếng Việt và tiếng Anh.
- Năm ngoái, tôi và bạn tôi đã đi học tiếng Việt ở Việt Nam.
- Các sinh viên ở đây học buổi sáng và buổi chiều.
- Hôm qua chị ấy nghỉ học. Hôm nay, chị ấy cũng nghỉ học.
- Chị Kim năm nay 20 tuổi. Anh Park bằng tuổi chị Kim.
- Chị Hana đi du lịch. Chị Eun Mi cũng đi du lịch.

4. Hoàn thành các câu sau:

- Cả anh ấy lẫn chị ấy đều ______
- Cả ngày hôm nay lẫn ngày mai, chúng tôi ______
- Cả khi trời mưa lẫn khi trời nắng, họ ______
- Họ thích cả ______ lẫn ______
- Người nông dân Việt Nam làm việc ______
- Năm ngoái, chúng em đã học tiếng Việt ở ______
- Các bạn tôi đã đi du lịch cả ______

5. Dùng kết cấu "… chứ không …", "… chứ không phải là …" để trả lời các câu hỏi sau:

- Các chị ấy là sinh viên của trường ta à?

→ Không,

- Các bạn đang chuẩn bị về nước phải không?

→ Không,

- Ông Nam còn trẻ phải không?

→ Không,

- Các em thích uống nước cam phải không?

→ Không,

- Cô ấy khóc vì buồn à?

→ Không,

- Các em đến Việt Nam để đi du lịch phải không?

→ Không,

6. Thử xem những câu sau, câu nào đúng, câu nào sai:

- Cả hôm qua lẫn hôm nay đều trời mưa.
- Chủ nhật là ngày nghỉ chứ không ngày làm việc.
- Tôi biết họ chứ không biết bạn của họ.
- Chúng em học tiếng Việt. Chứ không học tiếng Trung Quốc.
- Chúng tôi mùa Hè thích chứ không mùa Thu thích.
- Tôi gọi điện cho em gái anh chứ không phải cho anh.
- Mùa Đông ở Hàn Quốc lạnh đấy chứ không như ở Việt Nam đâu.

Bài đọc thêm (읽기)

Bản tin dự báo thời tiết

Thưa quí vị và các bạn!

Hôm nay, không khí lạnh vẫn bao trùm toàn bộ lãnh thổ Việt Nam. Vào tối và đêm qua, người dân cả nước được đón một mùa Giáng sinh vui vẻ trong thời tiết đẹp và se lạnh.

Ở miền Bắc, Hà Nội không mưa, tiết trời vừa đủ lạnh, không quá rét. Do độ ẩm trong không khí tăng lên đôi chút nên ta có cảm giác lạnh hơn mặc dù nhiệt độ không thay đổi. Ở miền Trung, sau một số ngày mưa liên miên đến trước ngày Giáng sinh, thời tiết đẹp hẳn lên, trời quang mây và hửng nắng. Chiều qua, ở thành phố Hồ Chí Minh có một cơn mưa lớn, đột ngột. Tuy nhiên, sau đó mưa chỉ còn rất nhẹ nên vẫn không làm giảm lượng người thành phố đổ ra đường đón chào một đêm Giáng sinh vui vẻ. Để biết thêm chi tiết, mời các bạn theo dõi dự báo cho các vùng trong ngày mai:

Phía **Tây Bắc Bộ** có mưa, mưa rào và có nơi có giông, gió nhẹ trời rét. Nhiệt độ từ 11 đến 19 độ.

Phía **Đông** Bắc **Bộ** nhiều mây, có mưa rào nhẹ, gió Đông Bắc cấp 2, cấp 3, trời rét, nhiệt độ từ 14 đến 19 độ.

Các tỉnh **miền Trung**, nhiều mây, đêm có mưa vài nơi, ngày có mưa rải rác, nhiệt độ từ 20 đến 29 độ.

Khu vực **Tây Nguyên**, nhiều mây có mưa vài nơi, gió Đông Bắc cấp 2, cấp 3, nhiệt độ từ 14 đến 28 độ.

Các tỉnh **Nam Bộ**, nhiều mây, có mưa rào và giông vài nơi, nhiệt độ từ 21 đến 31 độ.

Khu vực **Hà Nội**, nhiều mây, có lúc có mưa, gió Đông Bắc cấp 2, cấp 3. Trời rét, nhiệt độ từ 15 đến 19 độ.

(Theo bản tin dự báo thời tiết của VTV ngày 25-12-2005)

Bản ghi nhớ

Bài 04

HỌC TIẾNG VIỆT

Vietnamese Conversation 3

Hội thoại (회화)

Trang: Bạn sang Việt Nam khi nào? Sao không gọi điện cho mình?

Kim: Mình mới sang hôm kia. Bận quá, định tối nay mới gọi điện cho cậu. Thế nào, tình hình cậu dạo này thế nào?

Trang: Vẫn thế! Còn cậu về nước thế nào?

Kim: Mình về tìm thêm một ít tài liệu để sang viết luận văn ··· nên chủ yếu là ở thư viện, không đi đâu được nhiều ···

Trang: Cậu cần những tài liệu gì mình có thể giúp được không?

Kim: Đề tài luận văn của mình là tìm hiểu về mục đích tham chiến của các đồng minh với Mỹ trong chiến tranh Việt Nam, mà trong đó có quân đội Hàn Quốc nên nói chung là đủ.

Trang: Cậu thấy mục đích đó là gì?

Kim: Theo mình, mục đích chính vẫn là vì kinh tế!

Trang: Mình thấy đề tài nghiên cứu của cậu rất hay. Bao giờ viết xong, nhớ cho mình đọc với nhé!

Kim: Nhất định rồi! Mình còn muốn nhờ cậu sửa chữa cho nữa đấy! Vì viết bằng tiếng Việt khó lắm, nhất là ngữ pháp, hoàn toàn không đơn giản một chút nào!

Trang: Mình nghĩ, viết luận văn bằng ngoại ngữ thì tiếng nào cũng khó, không phải chỉ có tiếng Việt đâu!

Bài đọc (독해)

Vì sao tôi học tiếng Việt

Máy bay đang hạ dần độ cao đáp xuống sân bay Nội Bài. Máy bay càng xuống thấp, phong cảnh nông thôn Việt Nam càng hiện lên rõ hơn: trẻ em chăn trâu, những người nông dân đang làm ruộng, những cánh đồng rộng rãi, bao la ··· Tôi cảm thấy lòng mình thật vui sướng. Bất chợt, tôi nghĩ rằng, tôi đang trở về Việt Nam của tôi chứ không phải tôi đang đến Việt Nam.

"Tại sao tôi học tiếng Việt?", một câu hỏi mà trong suốt bốn năm qua từ khi tôi thi đỗ vào khoa Đông Nam Á, trường Đại học Ngoại ngữ Tokyo đến nay, không biết bao nhiêu lần tôi đã phải trả lời nó. Nếu kể hết mọi lý do khiến tôi chọn và học tiếng Việt thì tôi phải kể đến những bối cảnh lịch sử, kinh tế, giáo dục và văn hóa của đất nước Nhật Bản; phải kể đến cả cuộc sống riêng tư của bản thân tôi nữa. Tôi e rằng, như vậy chắc sẽ làm các bạn chán nản. Có lẽ tốt hơn, tôi sẽ chọn ra trong ký ức mình một trong những kỷ niệm đẹp về sự gắn bó, sự gặp gỡ của tôi với Việt Nam, …

Đó là khi tôi mới 4 đến 5 tuổi. Lúc đó, cuộc chiến tranh Việt Nam đã kết thúc (1975). Trong nhà tôi, thường có nhiều sách báo giới thiệu về Việt Nam và chiến tranh ở Việt Nam. Một lần xem sách, tôi đã tìm thấy một tập ảnh lớn. Nó đã làm tôi vô cùng sợ hãi và xúc động. Tác giả của tập ảnh này là hai nhà báo kiêm nhiếp ảnh người Nhật: Honda Katsuychi và Ishikawa Bunyô. Tập ảnh được ra đời nhờ sự tài trợ của một nhóm những người phản đối chiến tranh tại Việt Nam. Tập ảnh đã ghi lại nhiều hình ảnh bi thảm, tàn ác và rất dã man của chiến tranh: những cảnh về chết chóc, bắt người, giết người, đốt phá làng xóm, tàn sát trẻ em, …v.v. Những hình ảnh đó đã đọng lại trong ký ức tôi cho đến tận bây giờ …

Thế đấy, tuổi thơ của tôi đã cùng chịu đựng, cùng chia sẻ và bị ám ảnh bởi những nỗi đau đớn với Việt Nam. Sau này, khi đã lớn khôn, có dịp xem lại tập ảnh ấy, tôi đã chọn ra một bức ảnh, trong đó ghi lại cảnh những chiếc xe tăng đang tàn phá đồng ruộng Việt Nam và cạnh đó là những người nông dân đang làm việc. Họ vẫn làm ruộng, cày cấy. Họ không hề sợ hãi, cũng chẳng hề bỏ chạy …

Lúc đó, tôi cứ tự hỏi mình rằng: “Sức mạnh nào, ý chí nào khiến họ như vậy?”. Và, bây giờ khi đã được sống và trực tiếp chứng kiến về con người Việt Nam, tôi nghĩ: “Tương lai của loài người chắc chắn sẽ không thuộc về những chiếc xe tăng, đại bác. Nó phải thuộc về những đôi tay trí tuệ và sáng tạo …” Và, cũng chính vì vậy mà tôi đã chọn học tiếng Việt …

(Phỏng theo Washizu Koyumi Báo “Hà Nội mới” – 1993)

Từ vựng (어휘)

tiếng mẹ đẻ	모국어	ngoại ngữ(外語)	외국어
từ vựng(辭彙)	어휘	ngữ pháp(語法)	문법
phát âm(發音)	발음	thanh điệu(聲調)	성조
giọng	목소리	tiếng địa phương(地方)	방언
đáp xuống	착륙하다	hiện lên(現)	나타나다
chăn trâu	소를 돌보다	chợt	갑자기
bối cảnh(背景)	배경	riêng tư(私)	사적인
e	걱정하다, 염려하다	ngại	걱정하다, 염려하다, 두려워하다
lo, lo lắng	걱정하다, 염려하다	băn khoăn	불안한, 초조한
chán nản	실망시키다	ký ức(記憶)	기억
kỷ niệm(紀念)	기념	gắn bó	관련하다
kiêm(兼)	겸하다	nhiếp ảnh(攝影)	사진을 찍다
tài trợ(財助)	지원하다	bi thảm(悲慘)	비참한
tàn ác(殘惡)	잔악하다	dã man(野蠻)	야만스러운
chết chóc	죽다	đốt phá(破)	파괴하다
tàn sát(殘殺)	잔인하게 살해하다	đọng lại	남아있다
chịu đựng	참다, 대항하다	ám ảnh(暗影)	늘 따라 다니는, 떨쳐버릴 수 없는
chứng kiến(證見)	증언	xe tăng	탱크
đại bác(大炮)	대포	trí tuệ(智慧)	지혜

Chú giải ngữ pháp (문법해설)

1 chiều, độ, bề

độ, chiều, bề: thường dùng kết hợp với tính từ chỉ khoảng cách giữa hai cạnh, hai mặt, hai đầu đối nhau của một hình, một vật, định khuôn khổ của hình hoặc vật ấy.

độ, chiều, bề는 높이, 넓이, 두께 등에 쓰이는 종결사(류사)이다. 특별한 의미는 갖지 않는다.

Ví dụ

cao → **độ** cao
rộng → **chiều** rộng
dày → **bề** dày

→ Máy bay đang hạ dần **độ** cao.
→ **Chiều** rộng của căn phòng này là 3,5 mét.
→ **Bề** dày của tấm ván gỗ này là 5cm.

2 E, ngại, lo (lo lắng), băn khoăn, sợ …

"**E, ngại, lo (lo lắng), băn khoăn, sợ …**" là nhóm động từ biểu thị trạng thái, tâm trạng của người nói. Chúng thường kết hợp với hai liên từ hoặc "là" hoặc "rằng". Trong đó, "e" biểu thị một nội dung thông báo chưa "chắc chắn"; "ngại" đơn giản chỉ là sự không thích, không muốn; còn "băn khoăn, lo, sợ" biểu thị những trạng thái "lo lắng" khác nhau. "Băn khoăn" là sự lo lắng ở mức độ thấp, còn "sợ" mức lo lắng cao hơn.

"**E, ngại, lo (lo lắng), băn khoăn, sợ …**"는 상황, 사건들에 대한 화자의 마음상태(걱정, 염려, 두려움 등)를 표현하는 동사이다. 이들은 두 개의 연결사 혹은 "**là**" 혹은 "**rằng**"과 결합한다. 이중 "**e**"는 확실하지 않은, "**ngại**"는 원치 않는 것, "**băn khoăn, lo, sợ**" 등은 서로 걱정 되는 상태에 쓴다. 이때 "**băn khoăn**"은 정도가 낮은, "**sợ**"는 정도가 더 높은 걱정의 경우에 쓴다. 이들은 "**là**" 혹은 "**rằng**" 등의 연결사와 결합하여 쓰기도 한다.

Ví dụ

- Tắc đường như thế này, em **e là** sẽ đến lớp muộn.
- Chúng em rất **ngại** sống xa gia đình.
- Khi em đi du lịch ở Việt Nam, mẹ em luôn **lo rằng**, em sẽ bị ốm.
- Hiện nay, em đang rất **băn khoăn là** không biết có nên nói chuyện này với anh ấy không.
- Em rất sợ bị ốm.

3 Cách tạo tính từ hai âm tiết:

tốt + đẹp	= tốt đẹp	
to + cao	= to cao, ···	(a)
mát + lạnh	→ mát lạnh	
xanh+thẫm	→ xanh thẫm, ···	(b)
nóng	→ nóng nực	(c)
gần	→ gần gũi	
đẹp	→ đẹp đẽ, ···	

Về cấu trúc, dễ thấy trong tiếng Việt có hai loại tính từ: loại một âm tiết, ví dụ như "tốt", "đẹp", "nóng", "tiện"···, và loại hai âm tiết, như "tốt đẹp", "nóng nực", "tiện lợi"···v.v. Ý nghĩa và cách dùng trong câu của hai loại tính từ này cũng không giống nhau. Thông thường, tính từ 2 âm tiết kết hợp với các danh từ 2 âm tiết. Có 3 cách tạo tính từ 2 âm tiết: (a) và (b) được gọi là phương thức ghép. Có hai loại ghép: ghép đẳng lập (nghĩa là hai yếu tố đẳng lập với nhau) và ghép chính phụ (một yếu tố chính và một yếu tố phụ). Còn (c) được gọi là phương thức láy.

1음절 혹은 2음절 형용사의 문장 내 의미와 사용법은 다르다. 일반적으로 2음절 형용사는 2음절 명사와 결합한다. 2음절 형용사를 만드는 방법은 세 가지가 있다. (a)는 등위적 결합 방식이고, (b)는 정-부(정요소와 부요소) 결합방식이며, (c)는 되풀이 결합방식이다.

Ví dụ

- Tập xà đơn giúp nam giới có vóc dáng **to cao**, mạnh mẽ.
- Phong trào "Hướng đến những điều **tốt đẹp**" được mọi người yêu thích.
- Bánh chưng được gói bằng lá dong, có màu **xanh thẫm**, trông rất đẹp.
- Đây là loại quạt làm **mát lạnh** không khí bằng nước.
- Thời tiết mùa hè **nóng nực** thật khó chịu.
- Tôi thích cuộc sống **gần gũi** với thiên nhiên.

4

··· có ··· đâu
··· không ··· đâu

"**··· có ··· đâu**" và "**··· không ··· đâu**" đều là những kết cấu phủ định hay được dùng trong khẩu ngữ. Kết cấu "··· không ··· đâu" để nhấn mạnh thêm ý nghĩa phủ định trong câu.

"**··· có ··· đâu**"와 "**··· không ··· đâu**"는 구어체에서 부정의 의미를 강조하려고 할 때 쓰는 표현이다.

Ví dụ

- Chúng ta đi thôi, chắc anh ấy **không** đến **đâu**!
- Hãy tin tôi đi, tôi **không** lừa cô **đâu**!

Trong khi đó, ở kết cấu "··· **có** ··· **đâu**" bên cạnh mang ý nghĩa xác nhận sự phủ định còn bác bỏ mạnh mẽ ý kiến người khác và khẳng định lại về sự kiện được nói đến là hoàn toàn thiếu chính xác, không phải là sự thật. Để nhấn mạnh thêm tính thiếu chính xác của thông tin, trong khẩu ngữ hay dùng: "**có đâu**" (hay "**không phải thế đâu**") hoặc "**đâu mà**" (hay "**không đúng thế đâu**").

구어체에서 상대방의 의견이나 주장 등을 더욱 강하게 부정하고자 할 때는 "**có đâu**"나 "**không phải thế đâu**" 혹은 "**đâu mà**"나 "**không đúng thế đâu**"를 쓴다.

Ví dụ

- Hôm qua tôi **có** gặp anh ấy **đâu**! (Sao anh lại cứ nói là tôi đã gặp anh ấy hôm qua.)
- Tôi **có** nói như vậy **đâu**! (Vì sao anh cứ khẳng định là tôi đã nói như thế.)
- **Có đâu**. Hôm qua tôi **có** gặp anh ấy **đâu**!
- **Đâu mà**. Tôi **có** nói như vậy **đâu**!

Luyện tập (어음 연습)

A 1. Tìm các từ đồng nghĩa và đặt câu với chúng:

đáp xuống →

chợt →

hiện lên →

hạ dần →

phản đối →

đọng lại →

xúc động →

2. Dựa theo nội dung bài đọc, trả lời các câu hỏi sau:

- Theo bạn, chị Kim đang làm gì ở Việt Nam?
- Đề tài nghiên cứu của chị Kim về vấn đề gì?
- Bạn thấy chị Kim nghĩ về việc viết luận văn bằng tiếng Việt thế nào? Bạn có đồng ý với ý kiến đó không? Tại sao?
- Bạn có suy nghĩ thế nào về sự tham chiến của quân đội Hàn Quốc trong chiến tranh Việt Nam trước đây?
- Tác giả của bài báo này là ai? Bài báo này đã được in ở đâu?
- Tác giả bài báo là sinh viên nước nào? Đang học tiếng gì? Năm thứ mấy? Ở trường đại học nào?
- Bạn hãy cho biết, lý do chọn học tiếng Việt của tác giả là gì?
- Hàn Quốc cũng là một nước đã trải qua chiến tranh, bạn nghĩ về chiến tranh như thế nào?

3. Thử giải thích các từ sau:

ngoại ngữ →
tiếng địa phương →
tiếng mẹ đẻ →
nông dân →
nhà báo →
nhà nhiếp ảnh →
sinh viên →
tuổi thơ →

4. Chọn khả năng đúng rồi điền vào chỗ trống trong các câu sau đây:

- Hồi nhỏ, tôi rất ______ ma.

① sợ ② e ③ băn khoăn ④ lo lắng ⑤ ngại

- Chiều qua em đã gọi điện cho anh phải không?

Đâu mà, chiều qua em có gọi điện cho anh ______!

① mà ② đâu ③ không ④ có ⑤ nhé

- Khi bố tôi bị bệnh nặng, điều trị ở bệnh viện, cả gia đình tôi ______

① xa lánh ② sung sướng ③ vui vẻ ④ buồn bã ⑤ băn khoăn

- Khi chúng tôi đi du học ở nước ngoài, bố mẹ chúng tôi thường ______

① e ② lắng lo ③ lo lắng ④ băn khoăn ⑤ ngại

- Các anh chị rất ________ ăn Kimchi phải không? Trái lại, chúng tôi rất thích.

① e ② ngại ③ vui vẻ ④ sung sướng ⑤ buồn bã

- Chị có nói là học tiếng Hàn rất dễ phải không? Đâu mà. Em ________ nói như vậy đâu!

① có ② e ③ ngại ④ lo ⑤ không

- Tôi thấy rằng, cuộc sống của người nông dân ở đất nước chúng tôi hiện nay vẫn còn nhiều khó khăn, ________.

① giàu có ② vui vẻ ③ vất vả ④ sung sướng ⑤ nguy hiểm

- Chúng tôi nghe nói, tuần sau anh chị tổ chức đám cưới phải không?
Có đâu! Tôi và anh ấy có yêu nhau ________ mà cưới.

① không ② có ③ có đâu ④ đâu có ⑤ đâu

5. Hãy điền nhóm động từ '*e, ngại, lo (lo lắng), băn khoăn, sợ …*' vào các câu sau:

- Chúng tôi ________, anh ta sẽ đến muộn.
- Chúng tôi ________, hôm nay chị ấy sẽ không đến được.
- Tôi luôn cảm thấy rất ________ khi được ai đó mời dự sinh nhật.
- Buổi tối, chúng tôi rất ________. uống chè và cà phê vì ··· mất ngủ.
- Chị ấy ________, không biết có nên nói với anh ấy chuyện buồn này không?

- Bố mẹ luôn luôn ______ về tương lai của con cái.

- Khi phải sống xa gia đình, chúng tôi rất ______ bị ốm.

- Các cô gái thường rất ______ đi chơi ban đêm một mình vì họ ______ ma.

- Tục ngữ Việt Nam có câu: "Một người ______ bằng một kho người làm".

6. Thảo luận những vấn đề sau:

- Bạn hãy cho biết lý do bạn chọn học tiếng Việt?
  a. để lấy một tấm bằng đại học
  b. để tìm hiểu về đất nước và con người Việt Nam
  c. không còn một sự lựa chọn nào khác.
  d. để tìm một việc làm tại Việt Nam

- Theo bạn, học tiếng Việt khó nhất là gì?
  a. phát âm
  b. cách sử dụng từ
  c. ngữ pháp

- Theo bạn, phương pháp học tiếng Việt tốt nhất là gì?
  a. chăm chỉ học ở thư viện
  b. nghe băng, xem đĩa nhiều
  c. tiếp xúc với người Việt Nam
  d. nên đi thực tập thêm ở Việt Nam

- Bạn thích làm gì sau khi tốt nghiệp khoa Tiếng Việt?
  a. làm việc ở một công ty ở Hàn Quốc hoặc ở Việt Nam
  b. làm việc ở một cơ quan chính phủ
  c. làm việc trong một tổ chức xã hội
  d. tìm một việc làm có liên quan đến tiếng Việt và Việt Nam
  e. tiếp tục học thạc sĩ và tiến sĩ

- Là một sinh viên đang học tiếng Việt tại Hàn Quốc, theo bạn có nên sang Việt Nam một thời gian để thực tập không? Vì sao? Nếu có thì thời gian học ở Việt Nam bao lâu là tốt nhất?

B 1. Tìm và chuyển các tính từ sau theo mẫu rồi đặt câu với chúng:

dài →
rộng →
sâu →
dày →
vui →
buồn →

2. Bạn hãy tìm các tính từ hai âm tiết có trong bài đọc trên rồi thử đặt câu với chúng (với sự giúp đỡ của giáo viên):

Ví dụ **rộng rãi**

→ Thiết kế hợp lý sẽ làm nhà cửa trông rộng rãi hơn.

→ Đối với bạn bè, anh ta luôn chi tiêu rộng rãi.

3. Thử cấu tạo tính từ hai âm tiết dưới đây:

Ví dụ

sạch → **sạch** bóng
→ **sạch** trơn
→ **sạch** sẽ

Tiếp tục với

tối →
bẩn →
sáng →
đắt →
rẻ →
gần →
xa →
thật →
giả →
nhanh →
chậm →
dễ →

4. Sử dụng kết cấu "*… có … đâu*" trả lời các câu hỏi sau:

- Nghe nói anh ấy bị ốm?

  → Đâu mà. Anh ấy có ốm đâu!

- Hình như, hôm qua hai bạn đã gặp nhau?

  →

- Tôi nghe nói, mùa Đông ở Việt Nam còn lạnh hơn ở Hàn Quốc?

  →

- Người ta đồn rằng, anh chị mới cưới nhau, có đúng không?

  →

- Họ nói là giá cả sinh hoạt ở Hà Nội đắt hơn ở Seoul?

  →

- Hình như các bạn mới đi Việt Nam về phải không?

  →

- Có phải người Việt hay hỏi tuổi vì tò mò, phải không?

  →

- Hôm nay là Chủ nhật, phải không?

  →

- Tối qua, các bạn uống bia suốt đêm, phải không?

  →

- Các em vừa đi học vừa đi làm thêm, phải không?

  →

- Ở Hàn Quốc, sau khi cưới, người vợ phải ở nhà, phải không?

  →

- Nghe người ta nói là, anh ấy đã bỏ được thuốc lá rồi, phải không?

  →

5. Sử dụng kết cấu "… *không* … *đâu*" và các từ gợi ý trong ngoặc hoàn thiện các câu sau:

- Anh cứ yên tâm đi, chị ấy ______ (*nói dối*).
- Cứ chờ thêm 5 phút nữa, ông ấy ______ (*sai hẹn*).
- Các bạn đừng lo, chuyện ấy ______ (*phải thế*).
- Anh, chị nên tin tôi, tôi ______ (*làm hại*).
- Các bạn không nên băn khoăn, tình hình ở Việt Nam ______ (*phức tạp*).
- Chị đừng ngại, món Kimchi ______ (*cay lắm*).
- Ông ấy vừa gọi điện cho tôi, nói là ông ấy ______ (*đến*).
- Chúng ta ăn đi, giờ này chắc họ ______ (*tới*).

6. Bạn hãy tìm những yếu tố còn thiếu đối với các tính từ 2 âm tiết trong đoạn văn dưới đây:

Đà Lạt nằm trên cao nguyên Lâm Đồng, ở độ cao 1500m so với mặt biển. Đà Lạt quanh năm mát ______, nhiệt độ trung bình khoảng 19 độ C, lượng mưa hàng năm khoảng 1500mm. Đà Lạt có hơn 20.000 héc-ta (ha) rừng thông, hàng trăm loài chim trong đó gồm nhiều loại chim quí ______ Thành phố Đà Lạt là nơi tập trung của hơn 200 loài hoa phong lan và nhiều loại hoa quí của vùng ôn đới. Nhân dân ở đây đã có truyền thống sản xuất và cung cấp cho thị trường nhiều loại rau quả ngon vùng ôn đới.

Khách du lịch đều cảm thấy ______ mái vì được sống trong những khách sạn xinh ... giữa một thành phố sạch ______ và ______ tĩnh. Du khách sẽ cảm thấy ______ thú khi ngồi trên xe ngựa để đi thăm nhiều nơi có phong cảnh đẹp, xa ______ và ______ thơ.

7. Phục hồi các câu hỏi cho những câu trả lời dưới đây:

- ____________________?

- Chúng tôi có làm việc ấy đâu!

- ____________________?

- Tôi có nói là chị ấy phê bình anh đâu!

- ____________________?

- Hôm qua, tôi ở nhà cả ngày, có gặp cô ấy đâu!

- ____________________?

- Có ai gõ cửa đâu!

- ____________________?

- Có ai thông báo cho chúng tôi biết đâu!

- ____________________?

- Tối qua, em có đi chơi với anh ấy đâu!

Bài đọc thêm (읽기)

Học ngoại ngữ

Ai cũng biết, việc thông thạo một hay nhiều ngoại ngữ luôn mang đến cho chúng ta nhiều lợi ích như tăng tính cạnh tranh khi đi xin việc, tăng thu nhập khi làm việc, tăng khả năng kết bạn khi đi du lịch hay sinh sống ở nước ngoài, ... Thông thạo ngoại ngữ còn giúp chúng ta không những dễ tiếp cận, giao lưu, trao đổi văn hóa, tư tưởng, khoa học công nghệ với bạn bè quốc tế mà còn giúp hiểu tốt hơn tiếng mẹ đẻ, giúp rèn luyện, tăng cường trí nhớ, tăng sự tự tin, tăng khả năng giao tiếp.

Nhưng làm thế nào để học ngoại ngữ thành công là câu hỏi mà nhiều người đặt ra.

Một trong những yếu tố giúp thành công trong việc học ngoại ngữ là có môi trường học tốt và có cơ hội sử dụng ngoại ngữ thường xuyên.

Môi trường lý tưởng nhất để học ngoại ngữ là học ở nước bản ngữ. Khi xung quanh, mọi người đều giao tiếp với nhau bằng thứ tiếng mình đang học, người học có cơ hội được thường xuyên nghe, nói, sử dụng, mô phỏng cách nói tự nhiên của người bản ngữ, cũng như được người bản ngữ giúp sửa lỗi một cách trực tiếp hay gián tiếp. Trong môi trường như vậy, động cơ học tập của người học tăng lên. Họ bắt buộc phải cố gắng học để có thể giao tiếp và đáp ứng nhu cầu giao tiếp của môi trường.

Nếu học ngoại ngữ tại đất nước mình, người học nên có ý thức tự tạo môi trường tiếng cho mình. Chẳng hạn như, khi đang học trên lớp, hãy cố gắng nghe - nói - đọc - viết thứ tiếng mình đang học càng nhiều càng tốt; cùng bạn học sử dụng những từ ngữ, cách nói, kết cấu ngữ pháp đã biết kết hợp với những điều vừa mới học để tập nói, tập thuyết trình, tranh luận với nhau; nên tận dụng tối đa cơ hội giao tiếp với giáo viên hay bạn học người bản ngữ, nhờ họ phân tích, giải thích những lỗi sai hay những điểm mình chưa hiểu rõ.

Lúc ở nhà, người học nên dành nhiều thời gian trao đổi thư từ, nhắn tin, e mail, trò chuyện hay ngay cả tán gẫu với bạn bè người bản ngữ thông qua các phương tiện nghe nhìn, thông tin đại chúng như điện thoại, tivi, sách, báo, tạp chí, mạng internet, ...

Việc thường xuyên nghe tin tức, nghe nhạc, xem phim, đọc sách báo và theo dõi, trao đổi thông tin với người bản ngữ bằng thứ tiếng mình đang học tạo hứng thú cho việc học, giúp người học quen với cách diễn đạt tự nhiên của người bản ngữ.

Tất nhiên, học ngoại ngữ không phải là việc '*ngày một, ngày hai*' là xong mà người học phải luôn có ý thức rằng đó là một công việc suốt đời. Người học phải rèn cho mình tính kiên trì và việc học phải được duy trì đều đặn, hàng ngày thì mới mong thành công được.

Bản ghi nhớ

Bài 05

ÔN TẬP 1
Cơ thể con người

Vietnamese Conversation 3

Hội thoại (회화)

Ngọc: Chà, chỉ không gặp nhau một tháng mà trông Hà thay đổi nhiều lắm.

Hà: Thay đổi sao? Tốt hơn hay xấu hơn?

Ngọc: Dĩ nhiên là tốt hơn. Trông bạn khỏe mạnh, da dẻ hồng hào, cơ thể thon gọn hẳn. Có bí quyết gì chỉ mình với. Gần đây, mình béo ra, mặc áo dài không đẹp, lại bị mọi người trêu là 'eo bánh mì' đó.

Hà: Tội nghiệp chưa. Vậy mình sẽ chỉ cho Ngọc một bí quyết để làm cho vòng bụng nhỏ lại. Từ 'eo bánh mì' thành 'eo con kiến' rất dễ mà không tốn tiền. Nhưng mà bạn phải kiên trì, và hứa không được bỏ cuộc nửa chừng nha.

Ngọc: Cách gì hay vậy? Mình hứa sẽ kiên trì. Làm gì mình cũng làm, miễn là bụng mình nhỏ lại.

Hà: Có gì đâu, bạn phải chịu khó tập thể dục thôi. Mình sẽ chỉ bạn bài tập giảm mỡ bụng. Bài tập này đơn giản nhưng rất hiệu quả cho cơ bụng, mông và đùi.

Ngọc: Rồi, chỉ đi, quảng cáo hoài nghe sốt ruột quá.

Hà: Giờ Ngọc làm theo mình nha. Sẵn sàng chưa?

Ngọc: Sẵn sàng.

Hà: Đứng thẳng người, hai chân mở rộng bằng hông, đưa hai cánh tay về phía trước. Được chưa?

Ngọc: Rồi, tiếp theo là ...?

Hà: Từ từ hạ người xuống sao cho hai đùi song song với mặt đất, lưng vẫn giữ thẳng. À, nhớ là hai đầu gối không vượt quá mũi bàn chân nha.

Ngọc: Rồi, hạ người xuống, lưng giữ thẳng, hai đầu gối không vượt quá mũi bàn chân. Như thế này, đúng không?

Hà: Đúng rồi. Tốt lắm. Trở lại động tác ban đầu. Đứng thẳng người, ... Vậy đó. Lặp đi lặp lại khoảng 10-15 lần mỗi đợt và mỗi ngày nên tập 3-4 đợt.

Ngọc: Vậy thôi hả? Sao đơn giản vậy?

Hà: Ừ, đơn giản mà hiệu quả lắm đó. Theo thầy dạy thể dục của mình, bài tập này tác động tốt tới vùng bụng dưới, mông, đùi, giúp đốt cháy nhanh lượng mỡ thừa. Nó còn giúp tăng cường sự dẻo dai của gân, cơ và khớp gối nữa đó.

Hà: Vậy sao?

Ngọc: Chỉ có điều Ngọc phải chịu khó luyện tập hàng ngày mới được. Thấy không? Mình tập mới một tháng mà vòng eo giảm được 5cm rồi đó.

Ngọc: Nghe mê quá vậy. Rồi, quyết tâm. Mình hứa sẽ kiên trì, không bỏ cuộc. Hẹn gặp Hà sau một tháng để chứng minh ...

Bài đọc (독해)

Dưới đây là 10 điều thú vị về cơ thể người. Hãy đọc và cho biết bạn đồng ý hay không? Tại sao?

Chúng ta nghĩ rằng ...	Thật ra là ...
1. Mồ hôi có thể loại bỏ độc tố ra khỏi cơ thể.	- Mồ hôi chỉ có tác dụng làm mát cơ thể.
2. Hai trẻ sinh đôi thường có vẻ ngoài hoàn toàn giống nhau.	- Hai trẻ song sinh không bao giờ có vân tay giống hệt nhau.
3. Con người chỉ có 5 giác quan: thị giác, thính giác, xúc giác, khứu giác, vị giác.	- Con người có 6 giác quan, và giác quan thứ 6 là khả năng linh cảm, dự đoán điều sắp xảy ra trong tương lai.
4. Nơi có cảm giác nhột nhiều nhất khi bị cù là vùng quanh rốn.	- Nơi có cảm giác nhột nhiều nhất khi bị cù là: nách, cổ, lòng bàn chân.
5. Bôi dầu lên vết bỏng là cách chữa bỏng hữu hiệu.	- Bôi dầu khiến da giữ nhiệt lâu hơn. Hãy làm mát vết phỏng bằng nước thật lạnh.
6. Thị lực sẽ bị giảm sút nếu bạn đọc sách hay nhìn vào màn hình máy vi tính, điện thoại trong bóng tối.	- Mắt có thể bị mỏi nhưng sẽ nhanh chóng hồi phục sau khi được nghỉ ngơi.
7. Hai lỗ mũi có chức năng giống hệt nhau.	- Sự cảm nhận mùi của hai lỗ mũi khác nhau.
8. Khi lớn lên, các bộ phận của cơ thể to ra, dài ra, tỉ lệ thuận với tuổi tác.	- Lúc mới sinh, đầu chiếm 1/4 chiều dài cơ thể, nhưng khi trưởng thành, đầu chỉ chiếm 1/8 chiều dài cơ thể.
9. Kích cỡ trái tim và số nhịp đập của tim của nam và nữ như nhau.	- Trái tim nam giới lớn hơn trái tim của nữ khoảng 25% nhưng lại đập ít hơn 8 lần/ phút.
10. Dùng dầu gội đầu và dầu xả có thể giúp phục hồi tóc bị chẻ ngọn.	- Cách duy nhất để tóc hết chẻ ngọn là cắt bỏ phần tóc bị chẻ ngọn.

Từ vựng (어휘)

Hãy dùng mũi tên (→) chỉ ra các bộ phận của cơ thể con người:

A. Đầu

tóc	미리카락	trán	이마
tai	귀	mũi	코
mắt	눈	mồm, miệng	입
má	뺨, 볼	cằm	턱
lông mày	눈썹	lông mi	속눈썹
xương gò má	광대뼈	râu	수염
lưỡi	혀	môi	입술

B. Thân mình

cổ	목	vai	어깨
ngực	가슴	vú	유방
bụng	배	tim	심장
phổi	폐	gan	간
dạ dày	위	ruột	창자
xương	뼈	rốn	배꼽, 탯줄

C. Tứ chi

tay	손	**chân**	다리
bàn tay	손바닥	**bàn chân**	발바닥
ngón tay	손가락	**ngón chân**	발가락
bắp tay	팔근육	**bắp chân**	다리근육
đầu gối	무릎	**đùi**	넓적다리
mông	엉덩이	**mạch máu**	혈관

Chú giải ngữ pháp (문법해설)

1

… và …

…vừa … vừa …

…không những … mà còn …

… không chỉ … mà còn …

Đây là những kết cấu dùng để nối hai yếu tố có quan hệ bổ sung cho nhau. Các yếu tố có thể được thể hiện bằng tính từ (tính chất) hoặc động từ (hành động). Trong kết cấu "… **và** …", "… **vừa** … **vừa**…" các yếu tố có tính bình đẳng; còn ở hai kết cấu còn lại, tính bổ sung thuộc về yếu tố thứ hai, nghĩa là nội dung ở phía sau "… **mà còn** …"; nội dung sau "… **không những** …, … **không chỉ** …" thường được đánh giá quan trọng hơn.

이들은 서로 보완관계가 있는 두 요소를 연결하는 표현이다. 여기서 요소들은 형용사나 동사로 표현된다. 이중 "… **và** …"와 "… **vừa** … **vừa** …"는 대등성이 있는 요소를 연결한다. "… **không những** … **mà còn** …"과 "**không chỉ** … **mà còn** …"에서 "… **mà còn** …" 뒤에 오는 요소가 더 중요하게 평가된다.

Ví dụ

- Người ta ai cũng muốn sống **và** ai cũng phải chết.
- Các sinh viên ở đây vừa học tiếng Việt **vừa** học tiếng Anh.
- Cô ấy **không chỉ** đẹp **mà còn** thông minh (nữa).
- Món ăn Hàn Quốc **không những** ngon **mà còn** rẻ (nữa).

2

··· nhưng (mà, song) ···

··· tuy ··· nhưng ··· (vẫn) ···

··· mặc dù (dù) ··· nhưng ··· (vẫn) ···

Đây là những kết cấu dùng để nối hai yếu tố có quan hệ đối lập với nhau. Trường hợp khi tính đối lập giữa hai yếu tố mạnh và gay gắt hơn, người ta thường sử dụng "**Tuy** ··· **nhưng** ···" hoặc "**Mặc dù (dù)** ··· **nhưng** ···". Sau "··· **nhưng** ···" thường có "··· **vẫn** ···".

이들은 서로 대립관계에 있는 두 요소를 연결하는 표현이다. 대립성이 강한 두 요소를 연결하려고 할 때는 "**tuy** ··· **nhưng** ···" 혹은 "**mặc dù (dù)** ··· **nhưng** ···"을 쓴다. "··· **nhưng** ···" 뒤에는 보통 "··· **vẫn** ···"을 쓴다.

Ví dụ

- Ông ấy tốt **nhưng** hơi nóng tính.
- Thời tiết hôm nay tốt **song** hơi lạnh.
- **Tuy** đã hơn 70 tuổi **nhưng** bà ấy **vẫn còn** khỏe mạnh.
- **Mặc dù** gặp nhiều khó khăn nhưng chúng tôi **vẫn** cố gắng học tốt.
- **Dù** mọi người lo lắng nhiều **nhưng** anh ấy **vẫn** quyết định đi Mỹ.

Luyện tập (어음 연습)

A 1. Trả lời các câu hỏi sau:

- Cơ thể người chia làm mấy phần?
- Mỗi bàn tay, bàn chân con người thường gồm mấy ngón? Tên của các ngón?
- Trong cơ thể người có nhiều hệ cơ quan. Đó là những hệ cơ quan nào?
- Hãy thử kể ra những cơ quan trong hệ tuần hoàn, hệ thần kinh, hệ tiêu hóa?
- Trong ngực gồm những cơ quan nào?

2. So sánh sự khác nhau của các kết cấu bằng cách điền "… và …; …vừa … vừa …; …không những … mà còn …; … không chỉ … mà còn …" vào chỗ trống trong các câu sau:

- Lớp học này ______ rộng rãi ______ sáng sủa.
- Chúng em ______ thích xem phim ______ thích nghe ca nhạc (nữa).
- Mùa Đông ở Hàn Quốc ______ khô ______ rét.
- Chiếc cầu kia ______ dài ______ rộng.
- Hàng ngày, gia đình tôi ______ ăn tối ______ xem vô tuyến.
- Cô ấy đẹp ______ có duyên.
- Ngày mai, theo dự báo, thời tiết ở Seoul ấm hơn ______ không có tuyết.
- Món ăn ở Hàn Quốc ______ nóng ______ cay.

3. Sử dụng các kết cấu trên điền vào các chỗ trống trong đoạn văn sau:

Vô tuyến truyền hình ______ máy thu thanh là những phương tiện truyền thông chính trong xã hội. Vô tuyến truyền hình ______ giúp ta giải trí ______ mang lại cho chúng ta nhiều điều bổ ích. Qua vô tuyến truyền hình, chúng ta biết được về con người ______ các sự kiện đang xảy ra hàng ngày, hàng giờ trên thế giới. Những hình ảnh thường xuất hiện trên vô tuyến ______ có tác dụng giải trí ______ nâng cao sự hiểu biết của con người. Khác với máy thu thanh, khi ngồi trước vô tuyến, chúng ta có thể ______ xem bằng mắt ______ nghe bằng tai.

4. So sánh sự khác nhau của các kết cấu bằng cách điền

"··· nhưng (mà, song) ···; ··· tuy ··· nhưng ··· (vẫn) ···; ··· mặc dù (dù) ··· nhưng ··· (vẫn) ···" vào chỗ trống trong các câu sau:

- Chiếc ô tô này cũ ______ ông ấy vẫn mua.
- ______ học kém ______ ______ thi đỗ.
- ______ khó khăn, gian khổ đến mấy ______ chúng ta vẫn cố gắng dạy tốt, học tốt.
- ______ cô ấy không xinh ______ anh ấy ______ yêu.
- Món Kim chi của Hàn Quốc, ______ rất cay ______ chúng tôi ______ thích ăn.

- ______ trời mưa, lạnh ______ họ ______ rủ nhau đi chơi.
- Cô ấy không đẹp ______ rất thông minh.
- ______ nước rất lạnh ______ anh ấy ______ tắm.

5. Sử dụng các kết cấu trên điền vào các chỗ trống trong đoạn văn sau:

Cuộc sống ở thành phố rất ồn ào ______ mọi người vẫn thích sống ở thành phố. Người ta cho rằng, trong các thành phố có nhiều thứ để xem ______ rất tiện để thưởng thức.

Hàng ngày, ______ phải chen chúc nhau trên những đường phố chật chội để đến cơ quan, trường học, nhà máy ______ mọi người vẫn không muốn xa thành phố. Họ nghĩ ______, ở thành phố luôn có nhiều trường học và bệnh viện tốt nên con cái họ có điều kiện để học tập và khi cần đến bệnh viện cũng rất nhanh chóng. ______ vậy, đôi khi cuộc sống ở thành phố cũng gây nên cho mọi người nhiều sự phiền toái, buồn phiền.

6. Chọn và điền từ thích hợp vào chỗ trống:

- Anh ấy đã học tiếng Việt 2 năm rồi ______ vẫn chưa nói được nhiều.

① dù ② tuy ③ mặc dù ④ mà ⑤ cho nên

- ______ anh ấy còn nghèo nhưng anh ấy luôn luôn giúp đỡ mọi người.

① nhưng ② dù ③ nếu ④ và ⑤ vì

- Ông ấy là một mẫu người hiện đại, không chỉ nói giỏi ______ làm tốt nữa.

① và ② vừa ③ mà còn ④ nhưng mà ⑤ mặc dù

- Các anh ấy có thói quen vừa ăn ______ uống.

① vừa ② và ③ cả ④ rồi ⑤ hoặc

- ______ cô ấy đã cố gắng ăn kiêng nhưng vẫn béo.

① do ② sở dĩ ③ vì ④ không những ⑤ mặc dù

- ______ đã nhiều tuổi nhưng chị ấy vẫn chưa nghĩ đến chuyện lập gia đình.

① nhưng ② mà ③ tuy ④ nếu ⑤ vì vậy

- Tiếng Việt ______ khó phát âm mà còn cả ngữ pháp nữa.

① tuy ② dù ③ nhưng ④ không chỉ ⑤ do đó

- Ở Hà Nội đi lại bằng xe máy không chỉ nhanh ______ tiện nữa.

① mà còn ② và ③ cả ④ nhưng ⑤ rồi

- Cô ấy không thể đẹp hơn ______ đã tốn khá nhiều tiền để sắm quần áo đẹp.

① do ② mặc dù ③ mà còn ④ và ⑤ cho nên

- Nhờ sự phát triển của khoa học kỹ thuật ______ con người có được một cuộc sống tiện lợi và thoải mái hơn.

① vì ② song ③ không những ④ nhưng ⑤ mà

7. Hoàn thiện đoạn văn sau bằng cách điền những yếu tố còn thiếu trong các tính từ hai âm tiết:

Nhìn chung, bán đảo Triều Tiên có đặc điểm của khí hậu ôn ______, tuy vẫn có những khác biệt **đa** ______ về mặt địa lý, đặc biệt là vào mùa Đông. Ở Hàn Quốc có 4 mùa: Xuân, Hạ, Thu, Đông. Sự khác nhau giữa mùa Hạ và mùa Đông là rất lớn. Vào mùa Đông, trời lạnh **gay** ______ và **hanh** ______ Mùa Hạ thì **nóng** ______ và **ẩm** ______ do ảnh hưởng của biển Thái Bình Dương. Còn những mùa chuyển tiếp là mùa Xuân và mùa Thu thì trời nắng và thường là **khô** ______, nhất là mùa Thu, bầu trời **trong** ______, thời tiết mát ______ và thật là **dễ** ______ Mùa Thu là mùa đẹp nhất trong năm.

Bài đọc thêm (읽기)

Cơ thể người

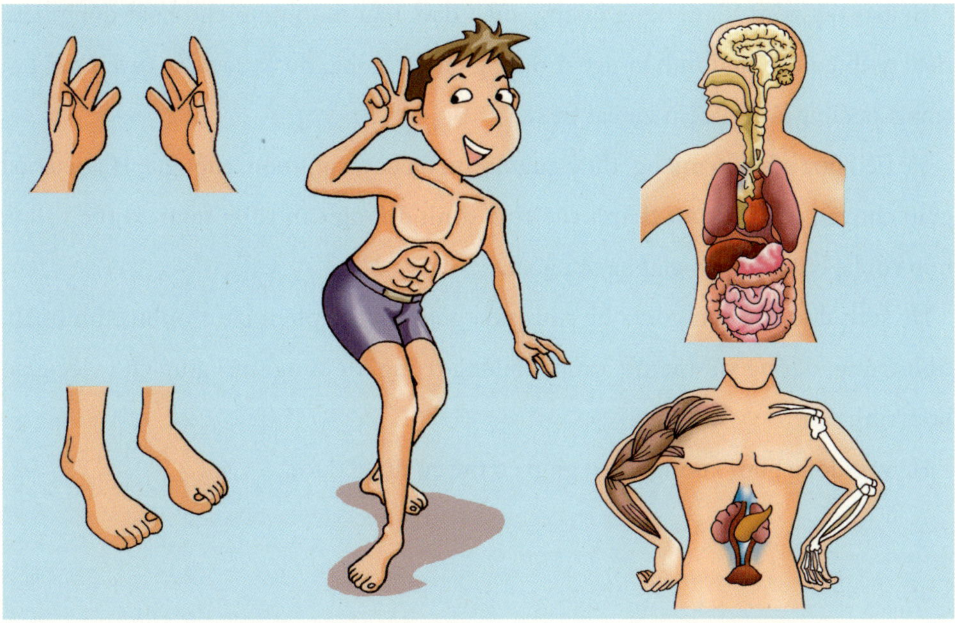

Cơ thể người gồm ba phần chính: đầu, thân mình và tứ chi (hai tay, hai chân) được bao bọc bởi một lớp da. Dưới da là mỡ, dưới mỡ là cơ và xương. Ngoài ra, trong da còn có các mạch máu, dây thần kinh và các tuyến mồ hôi.

Các cơ quan chủ yếu trong cơ thể là hệ tuần hoàn, hệ hô hấp, hệ thần kinh, hệ bài tiết, hệ sinh dục, hệ vận động.

Hệ tuần hoàn gồm có tim và mạch máu, có chức năng vận chuyển các tế bào máu, các chất dinh dưỡng đi nuôi cơ thể.

Hệ hô hấp gồm có mũi, hầu, thanh quản, khí quản, phế quản và phổi, giúp cơ thể hít thở, trao đổi khí.

Hệ thần kinh được chia làm hai bộ phận lớn: bộ phận trung ương (não - nằm trong hộp sọ, tủy sống - nằm trong ống xương sống) và bộ phận ngoại biên (các dây thần kinh, hạch thần kinh). Hệ thần kinh là cơ quan quan trọng nhất của cơ thể người, giúp con người tư duy cũng như giúp điều khiển mọi hoạt động của cơ thể.

Hệ bài tiết gồm thận, bàng quang, niệu đạo, hậu môn giúp cho hoạt động tiêu, tiểu; giúp cơ thể thải ra bên ngoài những chất cặn bã, dư thừa. Các tuyến mồ hôi trong da cũng làm nhiệm vụ bài tiết.

Hệ tiêu hóa gồm có miệng, thực quản, gan, dạ dày, ruột non, ruột già. Hệ tiêu hóa giúp chuyển đổi thức ăn thành các chất dinh dưỡng cần thiết nuôi cơ thể và kết hợp với hệ bài tiết thải chất bã ra ngoài.

Hệ sinh dục hay còn gọi là hệ sinh sản, gồm các bộ phận chính như tinh hoàn, tinh trùng, dương vật (nam); âm hộ, buồng trứng, tử cung (nữ) giúp cho việc giao hợp, sinh sản.

Hệ vận động gồm xương và cơ giúp cơ thể cử động được.

Bản ghi nhớ

Bài 06

LIÊN LẠC THÔNG TIN THỜI HIỆN ĐẠI

Vietnamese Conversation 3

Hội thoại (회화)

A

Chị Hana: Alô, có phải nhà anh Tuấn đấy không ạ?

Anh Tuấn: Tôi đây. Tuấn đây! Ai đang nói đấy ạ?

Chị Hana: Hana đây! Tôi nhắn tin mấy lần rồi gọi vào điện thoại di động mà không thấy anh trả lời nên tôi gọi số điện thoại bàn.

Anh Tuấn: A! Hana! Xin lỗi, điện thoại di động của tôi hết pin, đang sạc nên không biết có tin nhắn. Chị sang Hà Nội khi nào?

Chị Hana: Tôi sang Hà Nội hơn 1 tuần rồi nhưng bận quá, hôm nay mới liên lạc với anh được. Thế nào, dạo này anh và gia đình có gì mới không?

Anh Tuấn: Vẫn thế! Không có gì mới cả! Lần này chị sang Việt Nam có việc gì vậy?

Chị Hana: À, tôi đi dịch cho một đoàn thuộc Bộ Thủy sản Hàn Quốc sang Việt Nam để kiểm tra an toàn vệ sinh thực phẩm của một số loại hải sản trước khi nhập vào Hàn Quốc.

Anh Tuấn: Thế, bao giờ thì xong?

Chị Hana: Chiều nay, công việc đã kết thúc, đêm nay đoàn sẽ về nước.

Anh Tuấn: Thế còn chị?

Chị Hana: Tôi không về theo đoàn vì muốn ở lại thêm một số ngày nữa.

B

Nam-soon: Alô! Có phải tắc xi Hà Nội đấy không ạ?

Nhân viên: Vâng, tắc xi Hà Nội đây!

Nam-soon: Chị cho một xe 4 chỗ đến nhà khách A2 Bách Khoa ...

Nhân viên: Xin cho biết tên và số điện thoại của chị ạ!

Nam-soon: Tôi là Lee Nam Soon, người Hàn Quốc, số điện thoại di động của tôi là 0903308998.

Nhân viên: Xin chờ một lát. Tôi sẽ gọi điện lại cho chị ···

. . . .

Nhân viên: Alô! Chị Lee Nam Soon đấy phải không ạ?

Nam-soon: Vâng, tôi đây. Tắc xi đến rồi, hở chị?

Nhân viên: 5 phút nữa tắc xi sẽ đến. Số xe tắc xi là: 3454

Nam-soon: Vâng, xin cám ơn chị!

Bài đọc (독해)

Công nghệ thông tin và truyền thông (ICT*) là một thuật ngữ được dùng để chỉ hệ thống gửi - nhận và xử lý thông tin, trợ giúp liên lạc qua mạng điện thoại, tín hiệu không dây kết hợp mạng máy tính và hệ thống nghe - nhìn hiện đại.

ICT cho phép người sử dụng tạo, truy cập, thao tác và xử lý thông tin với chi phí rẻ.

Nhờ ICT, thế giới ngày càng gắn kết với nhau. Mọi người dù ở bất cứ đâu, chỉ cần một thiết bị điện tử có kết nối mạng như máy tính, máy tính bảng hay điện thoại thông minh,... là có thể tương tác, liên lạc với nhau một cách nhanh chóng.

Với những ứng dụng như thư điện tử, tin nhắn tức thời (IM), chatroom và mạng xã hội (facebook, Twiter, Skype), những nhóm người có cùng quan tâm, cùng sở thích có thể trò chuyện, làm quen, giao lưu, học hỏi lẫn nhau.

ICT giúp người sử dụng có thể gọi điện thoại qua mạng Internet miễn phí; có thể trao đổi hình ảnh, thông tin với bạn bè khắp nơi trên thế giới; có thể chia sẻ thông tin, dữ liệu một cách nhanh chóng; có thể thực hiện những giao dịch mua bán, ngân hàng, tài chính,... tới mọi nơi trên thế giới một cách đơn giản.

Có thể nói sự tiến bộ trong công nghệ thông tin và truyền thông vào cuối thế kỷ 20 đã làm thay đổi thế giới một cách đáng kể.

ICT đã hiện thực hóa khả năng liên kết của con người, góp phần xóa bỏ khoảng cách địa lý, giúp con người xích lại gần nhau hơn.

*ICT: Information Communications Technology

(Sưu tầm và tổng hợp)

Từ vựng (어휘)

bưu điện(郵電)	우체국	bưu kiện(郵件)	우편소포
điện thoại(電話)	전화	gọi điện (thoại)	전화하다
trong nước	국내	quốc tế(國際)	국제
gửi	보내다	nhận(認)	받다
tem	우표	phong bì(封皮)	봉투
thùng thư(書)	우체통	thư bảo đảm (書保擔)	등기우편
thư nhanh	속달우편	thư thường(書常)	일반우편
chuyển phát nhanh(轉發)	DHL, 등기속달	nhấc (điện thoại 電話)	전화기를 들다, 전화를 받다
quay số(數)	번호를 돌리다	số (điện thoại 數電話)	전화번호
lắp (điện thoại)	전화를 연결하다	(điện thoại) di động(電話移動)	핸드폰, 이동전화
thẻ (điện thoại 電話)	전화카드	tín hiệu (điện thoại 信號電話)	전화벨소리
đoàn (đại biểu 團代表)	대표단	thủy sản(水産)	수산
an toàn(安全)	안전한	vệ sinh(衛生)	위생
thực phẩm(食品)	식품	nhập (khẩu 入口)	수입하다

Chú giải ngữ pháp (문법해설)

1 Cách tạo tính từ hai âm tiết:

sách	+	báo	= sách báo	
nhà	+	cửa	= nhà cửa, ···	(a)
nước	+	mắt	→ nước mắt	
	+	lã	→ nước lã	
	+	nóng	→ nước nóng, ···	(b)
		máy	→ máy móc	
		con	→ con cái, ···	(c)

Cũng như tính từ, danh từ trong tiếng Việt cũng có 3 cách cấu tạo: (a) là ghép danh từ theo phương thức đẳng lập; (b) là ghép danh từ theo phương thức chính phụ; còn (c) là phương thức ghép danh từ mà trong đó có một yếu tố bị mờ nghĩa.

2음절 명사 만드는 방법: 2음절 명사를 만드는 방법은 형용사처럼 3가지 방식이 있다. (a)는 대등방식, (b)는 정·부(正·副)방식, (c)는 한 요소의 의미가 약화되는 방식이다.

Ví dụ

- **Đường phố** Hà Nội bây giờ luôn tấp nập và ồn ào.
- **Bố mẹ** luôn lo lắng về sự học hành và tương lai của **con cái** mình.
- Để giữ gìn sức khỏe, hồi nhỏ cô giáo thường dạy: "Không nên ăn **quả xanh**, uống **nước lã**".
- Trong phòng làm việc của ông ấy có rất nhiều loại **máy móc, sách báo**.

2

… không nên …

… đừng (chớ) …

… không được …

… cấm …

Đây là những từ đứng ngay trước động từ nhằm biểu thị ý nghĩa "**ngăn cản, không cho phép**". Mức độ "**ngăn cản**" tăng dần từ "**không nên**" đến "**cấm**".

이것들은 동작이나 행동을 강하게 금지 혹은 저지하기 위하여 동사 앞에 쓰는 표현이다. 강도의 정도는 "… **không nên** …", "… **đừng (chớ)** …", "… **không được** …", "… cấm …" 순이다.

Ví dụ

- **Bố mẹ khuyên con cái**:
- Các con **không nên** hút thuốc lá!
- Các con **đừng** hút thuốc lá!
- Các con **không được** hút thuốc lá!
- Bố mẹ **cấm** các con hút thuốc lá!

3

… 동사 + xem …

… thử + 동사 … xem (thế nào)

… 동사 + thử xem

Đây là những kết cấu được dùng khi người nói muốn đề nghị hay động viên (hoặc khuyến khích) người nghe làm một việc gì đó.

이는 화자가 청자에게 무엇인가를 시도해보기를 제안, 권유할 때 쓰는 표현이다. 뜻은 "… 해 보시죠"이다.

Ví dụ

- Chị đi tìm **xem** cô ấy đang ở đâu?
- Em **thử** làm bài tập này **xem** (thế nào)!
- Nghe nói, bà ấy rất khó tính, tôi muốn **thử** gặp bà ấy một lần **xem**!
- Tôi thấy cam này ngon lắm, anh ăn **thử xem** (thế nào)!

4

… thì phải

…hình như … thì phải

Đây là những kết cấu biểu thị sự phỏng đoán hay phán đoán chưa được chắc chắn lắm của người nói về một sự vật, hiện tượng, hay những nhận xét, đánh giá của người nói về đối tượng, …

이들은 사물이나 현상 혹은 대상에 대한 화자의 불명확한 판단이나 평가를 표현하려고 할 때 쓴다. 뜻은 "…한 것 같다"이다.

Ví dụ

- Cái ô tô này do Hàn Quốc sản xuất **thì phải.**
- Cái ô tô này, **hình như** do Hàn Quốc sản xuất **thì phải**.
- Họ yêu nhau **thì phải**.
- **Hình như** họ yêu nhau **thì phải**.

Luyện tập (어음 연습)

A 1. Trả lời các câu hỏi theo nội dung hội thoại và bài đọc:

- Chị Hana đã gọi điện thoại cho ai? Và chị ấy có gặp được người mà chị ấy cần gặp không?
- Anh Tuấn là ai? Anh ấy đã hỏi Hana về những chuyện gì?
- Lần này, Hana đến Việt Nam với mục đích gì?
- Chị Lee Nam Soon gọi điện thoại cho ai? Để làm gì?
- Xe tắc xi sẽ đến đón chị Nam Soon mang số bao nhiêu?
- ICT là gì?
- Hãy kể ra những lợi ích của ICT trong việc thông tin, liên lạc?

2. Thử giải thích các từ sau:

thùng thư	→	
thư bảo đảm	→	
điện thoại cố định	→	
điện thoại di động	→	
điện thoại quốc tế	→	
điện thoại công cộng	→	
điện thoại thẻ	→	
phí (tiền) điện thoại	→	

3. Bạn sẽ nói thế nào nếu:

1) Bạn bị ốm, bạn gọi điện thoại cho cô giáo xin nghỉ học.
2) Điện thoại của bạn bị hỏng, bạn gọi đến trung tâm dịch vụ sửa chữa điện thoại để nghị họ đến sửa.

3) Có một người đã gọi điện thoại cho bạn và bạn nhận ra người đó đã gọi nhầm.

4) Bạn gọi điện thoại đến nhà ga hoặc một hãng hàng không nào đó để mua vé và đặt chỗ cho một chuyến du lịch.

5) Bạn gọi điện cho người thân để thông báo về lịch trình về nước của bạn vì bạn muốn người thân đón bạn ở sân bay.

B 1. Thử cấu tạo danh từ hai âm tiết dưới đây:

Ví dụ

quần → **quần áo**
→ **quần** lót
→ **quần** đùi
→ **quần** dài
→ **quần** soóc

Tiếp tục với

áo →

bàn →

ghế →

đường →

mưa →

nắng →

nước →

bánh →

cơm →

máy →

phố →

cây →

trường →

2. Hoàn thiện các câu dưới đây bằng các danh từ 2 âm tiết:

- Vào giờ cao điểm trên các đường ______ Hà Nội chỗ nào cũng đông người.
- Trên khắp đất nước Hàn Quốc, vào mùa Đông, cây ______ rụng lá.
- Trường ______ là nơi đào tạo nhân tài cho đất nước.
- Mặc dù đường ______ xa xôi nhưng anh ấy vẫn đến thăm chúng tôi hàng tuần.
- Hồi nhỏ, mẹ tôi thường dậy sớm để chuẩn bị quần ______, cơm ______ cho anh em chúng tôi đến trường.
- Quan hệ giữa tôi và anh ấy chỉ là bạn ______

3. Hoàn thiện các câu sau đây:

- Tôi hút thuốc lá nhiều, nên anh ấy thường khuyên tôi ______
- Các bạn bảo tôi ______ uống cà phê vào buổi tối.
- Bác sĩ đã ______ anh ấy uống bia, rượu
- Bố mẹ đã ______ em gái tôi quan hệ với anh ấy.
- Anh chị tôi yêu cầu tôi ______ đi chơi quá khuya.
- Các bạn tôi thường khuyên tôi ______ yêu cô ấy.
- Bố tôi thường bảo tôi: "Con ______ thức khuya quá mà ảnh hưởng đến sức khỏe".

4. Bạn thử tìm những thông báo "cấm···" có thể có tại các địa điểm dưới đây:

- Trên máy bay →

→

- Trong công viên →

→

- Trên các đường phố →

→

- Khu vực gần bệnh viện →

→

- Ở trạm bán xăng, dầu →

→

- Trong rạp chiếu phim →

→

- Ở một số nơi bí mật quốc gia →

→

5. Bạn nói thế nào trong những ngữ cảnh dưới đây:

- Bạn nghe mọi người nói vịnh Hạ Long ở Việt Nam rất đẹp. Và bạn muốn:

→

- Mọi người nói, chị ấy bị ốm nặng. Vì thế tôi muốn:

→

- Chúng tôi muốn đến chơi gia đình cô giáo nhưng không biết cô giáo có ở nhà không nên:

→

- Một bạn nước ngoài muốn đi ăn thịt chó, nên:

→

- Nhiều người nước ngoài rất sợ đi lại bằng xe máy ở Hà Nội, nhưng tôi khuyên họ:

→

6. Hãy điền các động từ thích hợp hoặc kết cấu "… thử + động từ + xem" vào các câu dưới đây:

- Anh ________ xem, kia có phải là thầy Hùng không?
- Mình thấy bài báo này hay lắm, cậu ________
- Hoa ơi, cậu ________ lớp trưởng xem ngày mai chúng ta có nghỉ không?
- Chị đã đi Việt Nam nhiều lần, em muốn nhờ chị ________ giúp xem, thủ tục đi học ở đó thế nào?

- Mình đã hỏi nhưng cô ấy không nói, cậu

- Bạn đã bao giờ ăn Kimchi chưa, theo mình, bạn nên

- Pu San là một thành phố đẹp, các bạn nên

7. Hãy điền "... thì phải" hoặc "hình như ···thì phải" vào các câu sau đây:

- đằng kia có tai nạn

- Anh ấy là người Hàn Quốc

- vào lễ Chu-sok, cả nước Hàn Quốc được nghỉ 3 ngày

- họ nói được tiếng Việt

- cô ấy đã quên chúng tôi rồi

- Trước đây, chúng ta đã gặp nhau ở đâu rồi

- Nghe nói mùa Đông ở Hàn Quốc cũng lạnh lắm

8. Chọn khả năng đúng và điền vào chỗ trống:

- Tôi cũng không chắc lắm. Hình như họ vừa chia tay nhau ______

① hình như ② có lẽ ③ thì phải ④ xem ⑤ có thể

- Nghe nói anh cũng thích ăn thịt chó, hôm nào tôi mời anh đi ăn ______

① có lẽ ② thì phải ③ đi ④ đừng ⑤ thử xem

- Trong các công viên công cộng, người ta thường cắm biển "______ hái hoa".

① cấm ② được ③ cho phép ④ đừng cấm ⑤ phải

- Bạn bè thường khuyên tôi: "anh ______ hút thuốc lá nhiều quá".

① cấm ② được không ③ cho phép ④ không nên ⑤ đã

- Các bạn thử nghĩ ______ việc đó có nên làm không?

① rồi ② xem ③ đừng ④ cấm ⑤ nếu

- Chị đã bao giờ sống xa gia đình ______ thế nào chưa?

① thử xem ② một lần ③ bao giờ ④ không được ⑤ thử

- Ngồi trong rạp chiếu phim họ vẫn nói chuyện, ______ họ không nhìn thấy biển "giữ trật tự" thì phải.

① không nên ② thì phải ③ hình như ④ đừng ⑤ trông

Bài đọc thêm (읽기)

Hàn Quốc – xứ sở của công nghệ mới

Có thể nói không đâu trên thế giới mà Internet lại xâm nhập vào cuộc sống hàng ngày mạnh mẽ như ở Hàn Quốc. Và hiếm có một quốc gia công nghiệp nào gắn nền kinh tế tương lai của mình chặt chẽ với công nghệ thông tin (IT) như Hàn Quốc.

Bất kỳ thứ gì mới về công nghệ thông tin trên thế giới sẽ nhanh chóng trở nên quen thuộc tại Hàn Quốc. ¼ dân số của đất nước 48 triệu dân này làm việc tại nhà qua mạng, làm cho Hàn Quốc trở thành một trong những nước dẫn đầu về sử dụng IT hiện nay.

Quốc gia Hi-tech này đã "mạng hoá" nhanh đến nỗi những đại diện tiêu biểu cho nền công nghệ Hàn Quốc, các hãng điện tử có mặt khắp toàn cầu như Samsung hay LG, giờ đây được coi là những nhà tiên phong của thế giới trong lĩnh vực công nghệ thông tin.

Xuất khẩu IT chiếm tới 30% tổng kim ngạch xuất khẩu Hàn Quốc, đóng góp tới 14% tổng sản phẩm kinh tế quốc dân.

Hàn Quốc, trong những năm 60 của thế kỷ trước chỉ có 36 điện thoại/10 ngàn dân, giờ vẫn chưa thể hài lòng với những gì mình đang có. Mặc dù với hãng Samsung, đất nước này đang có một chàng khổng lồ trong ngành điện tử nhưng các công ty Hàn Quốc vẫn đang bị cạnh tranh gay gắt bởi những đối thủ đáng gờm như hãng Apple của Mỹ, hãng Sony của Nhật Bản hay ngay cả với những hãng điện tử của Trung Quốc với chính sách giá rẻ. Do vậy, hiện tại, các công ty lớn của Hàn Quốc vẫn phải mỗi ngày kiên trì tìm kiếm, sáng tạo ra các công nghệ mới ...

(Phỏng theo http://www.viettotal.com/Trangtin/tabid/68/News/55/CategoryID/1/Default.aspx)

Bản ghi nhớ

Bài 07

ĐẾN VIỆT NAM

Vietnamese Conversation 3

Hội thoại (회화)

A

(tại sân bay)

C.A cửa khẩu: Xin lỗi, ông cho kiểm tra hộ chiếu ···

Anh Park: Vâng, thưa ông, đây ạ!

C.A cửa khẩu: (··· xem hộ chiếu và kiểm tra visa của anh Park ···)
Anh có thể nói rõ hơn một chút về mục đích đến Việt Nam?

Anh Park: Dạ, tôi đến Việt Nam để thực tập tiếng Việt và tìm hiểu về văn hóa Việt Nam

C.A cửa khẩu: Đây là lần thứ mấy anh đến Việt Nam?

Anh Park: Dạ, đây là lần thứ hai ạ. Lần trước, tôi đã học ở thành phố Hồ Chí Minh 6 tháng.

C.A cửa khẩu: Thảo nào, anh nói tiếng Việt giỏi thế! Lần này, anh sẽ học ở Hà Nội hay ở thành phố Hồ Chí Minh?

Anh Park: Có lẽ một nửa thời gian ở Hà Nội và một nửa ở thành phố Hồ Chí Minh.

....

C.A cửa khẩu: Xin gửi lại anh hộ chiếu ···

Anh Park: Vâng, xin cám ơn ông!

Bài đọc (독해)

Những điều kiêng kị

Khi bạn đến một đất nước xa lạ, nếu bạn nắm vững được phong tục tập quán của người bản xứ thì bạn sẽ cảm thấy dễ dàng hơn trong sinh hoạt, cuộc sống và trong mọi công việc mà bạn muốn giải quyết. Việt Nam cũng như nhiều nước trong khu vực Đông Nam Á. Tại đây, người dân còn giữ nhiều tập tục truyền thống. Mặc dù đang sống ở thế kỷ XXI, nhưng nhiều người vẫn giữ vững niềm tin "có thờ có thiêng, có kiêng có lành", từ việc đi lại đến việc làm ăn buôn bán. Nhiều người Việt Nam trước khi làm các việc lớn, (như cưới xin, xây nhà, mở cửa hàng, xin việc, đi thi, …v.v) hoặc đi xa thường xem lịch âm để chọn ngày lành tháng tốt. Trong dân gian luôn lưu truyền các câu như: "Chớ đi ngày bảy chớ về ngày ba" hoặc "Mồng năm, mười bốn, hai ba, đi chơi chẳng được nữa là đi buôn".

Dường như người ta tránh những ngày lẻ khi làm những việc trọng đại. Người Việt Nam và một số dân tộc trong khu vực Đông Nam Á phần lớn theo Đạo Phật nên vào ngày Rằm và ngày mồng một Âm lịch họ thường tránh sát sinh. Một điều thú vị nữa là ngày đầu năm mới người Việt thường cẩn thận từ lời nói đến việc làm: tránh chửi mắng nhau, tránh làm đổ vỡ bát, đĩa, phích, gương, … v.v, vì họ sợ rằng sẽ bị giông cả năm, nghĩa là luôn gặp các rủi ro.

Một nét khá độc đáo của văn hóa Việt Nam là người Việt trọng ngày giỗ hơn ngày sinh. Khi cúng, người ta làm cỗ rất to. Người ta thắp hương, gọi tên người chết, mời gọi người chết về ăn cỗ với gia đình. Khác với người châu Âu, người Việt không bao giờ đặt tên cho con cái trùng với tên của người trong dòng tộc hoặc bạn bè thân quen. Trùng tên là một điều kiêng kị.

Từ vựng (어휘)

đi du lịch(遊歷)	여행가다	du lịch trọn gói	패키지여행
mua vé	표를 사다	vé 1 chiều	편도표
vé khứ hồi	왕복표	hành khách(行客)	승객
đi công tác(工作)	일하러 가다, 출장 가다	đi tham quan(參觀)	견학가다
lịch trình(歷程)	과정, 일정	máy bay	비행기
cất cánh	이륙하다	hạ cánh	착륙하다
visa, thị thực(視實)	비자	hộ chiếu(護照)	여권
chuyến đi	가는 편	lệ phí sân bay(例費)	공항세
hải quan(海關)	세관	khai(開)	신고하다
hành lý(行李)	짐	cân hành lý(斤行李)	(짐) 무게
thủ tục(手續)	수속	công an cửa khẩu(公安)	공항 세관원
an ninh(安寧)	안녕, 보안	kiểm tra(檢查)	검사하다
kiêng kị	금기	bản xứ(本處)	현지, 본토
tập tục(習俗)	습속	lưu truyền(遺傳)	후세에 전하다
giải quyết(解決)	해결하다	sát sinh(殺生)	살생
chửi mắng	야단치다	tránh	피하다
cúng bái(供拜)	제사하다	trùng tên(重)	이름이 겹치다

Đọc nhiều lần các nhóm từ sau:

kiểm tra hộ chiếu	gia hạn vi sa
mua lệ phí sân bay	đi du lịch theo tua
đi du lịch trọn gói	chuyến bay bị hoãn

Chú giải ngữ pháp (문법해설)

1 **··· làm sao để (cho) ··· = làm thế nào để ···**

Đây là kết cấu thể hiện sự quyết tâm, ước muốn của chủ thể.

이는 주체의 결심이나 소망을 구현하는 표현이다. 예컨대, 여자친구가 자신을 오해하고 있을 때, 적당한 해결 방법을 찾지 못하고 있는 경우이다. 뜻은 "어떻게 …하지"이다.

Ví dụ

"Một người bạn gái đã hiểu lầm anh ấy. Anh ấy muốn cô ấy thông cảm cho anh ấy nhưng anh ấy chưa tìm được cách nào tốt nhất để nói với cô ấy". Vì thế:

→ Anh ấy chưa biết **làm thế nào để** cô ấy thông cảm.

→ Anh ấy chưa biết **làm sao cho** cô ấy thông cảm.

2 **··· chẳng (không) thiếu chi (gì) ···**

Đây là kết cấu để khẳng định một số lượng lớn sự vật, hiện tượng sẵn có.

이는 존재하는 사물이나 현상의 넉넉함을 강조하려고 할 때 쓰는 표현이다.

Ví dụ

- Ông ta **chẳng thiếu gì** tiền.
- Thời buổi này **thiếu gì** người tài giỏi.
- Đối với anh ta thì **không** thiếu **gì** cách để chinh phục cô ấy.

3

… bao nhiêu … bấy nhiêu

… nào … ấy

… gì … nấy

… đâu … đấy

Đây là những cặp từ biểu thị sự tương ứng hoàn toàn giữa các sự vật, hiện tượng, hành động, … được nói đến.

이는 언급된 사물, 현상, 행동 간 대등함을 나타내는 표현이다.

Ví dụ

- Anh ăn **gì** tôi ăn **nấy**.
- Chị nói **bao nhiêu** tôi trả **bấy nhiêu**.
- Chị đi **đâu** tôi đi **đấy**.
- Cô thích cái **nào** thì cứ lấy cái **ấy**.

Luyện tập (어음 연습)

A 1. Trả lời các câu hỏi theo bài hội thoại và bài đọc:

- Công an cửa khẩu đã yêu cầu anh Park cho xem cái gì?
- Anh Park đến Việt Nam để làm gì?
- Ở Việt Nam, anh Park sẽ học ở đâu?
- Khi bạn đến một đất nước xa lạ, nếu bạn nắm vững được phong tục tập quán của họ, bạn sẽ cảm thấy thế nào?
- Bạn hiểu thế nào về câu "Có thờ có thiêng, có kiêng có lành"?
- Hãy cho biết một số điều kiêng kị của người Việt Nam?
- Vào những ngày đầu năm mới, người Việt thường tránh làm những điều gì?
- Hãy kể một số điều kiêng kị của người Hàn?
- Theo bạn, kiêng kị tốt hay không tốt? Tại sao?

2. Thử giải thích các từ sau:

vé một chiều →

vé khứ hồi →

lịch trình →

hành khách →

du lịch trọn gói →

lệ phí sân bay →

hành lý →

kiêng kị →

ngày giỗ →

3. Tập nói theo chủ đề:

- Theo bạn, để sang Việt Nam học tiếng Việt, cần những thủ tục gì?
  a. gửi đơn xin học đến một trường đại học ở Việt Nam.
  b. làm các thủ tục xin visa.
  c. mua vé và đặt chỗ máy bay.

- Để sang Việt Nam học, về mặt cá nhân, bạn cần chuẩn bị những gì?
  a. về mọi chi phí cho thời gian ở Việt Nam?
  b. quần áo, tư trang, đồ dùng cá nhân?
  c. một số thông tin về nơi bạn đến học ở Việt Nam?
  d. liên hệ với trường đại học nơi bạn đến học?

- Theo bạn, khi đến Việt Nam, những việc gì nên làm đầu tiên?
  a. tìm và thuê một chỗ ở? Theo bạn thế nào là một chỗ ở tốt?
  b. đến trường đại học để biết thời khóa biểu?
  c. chọn một phương tiện để đi lại ở nơi bạn học?

- Theo bạn khi đến Việt Nam, cần chú ý và nên cẩn thận những điều gì?
  a. giao thông, đi lại ở Việt Nam?
  b. sinh hoạt và các đồ ăn, đồ uống ở Việt Nam?
  c. phong tục tập quán và quan hệ với người Việt Nam?

- Để chuyến du học của bạn có hiệu quả, theo bạn nên dành thời gian nhiều cho:
  a. học và tiếp xúc nhiều với người Việt Nam?
  b. đi tham quan du lịch nhiều vùng, miền trên lãnh thổ Việt Nam?
  c. tìm hiểu văn hóa, con người và đất nước Việt Nam qua sách, báo?
  d. kết bạn với một người Việt Nam?

4. Bạn sẽ nói thế nào, nếu bạn nghĩ:

- Trong cuộc sống hiện nay có quá nhiều người giàu nhưng cũng rất nhiều người nghèo.
- Trong xã hội có nhiều người sẵn sàng chống lại những điều sai trái.
- Có rất nhiều cách nói lịch sự.
- Có nhiều việc để làm nếu chúng ta muốn làm.
- Trong cuộc sống hiện nay có nhiều người thông minh và có năng lực.
- Cô ấy có rất nhiều nhà cửa.
- Hiện nay, có rất nhiều việc làm để kiếm tiền.

B 1. Hoàn chỉnh các đoạn văn sau bằng cách sử dụng các kết cấu '··· chẳng (không) thiếu chi (gì) ···':

Trong xã hội, __________ những người tốt và cũng __________ những người xấu. Nếu bạn muốn tìm hiểu một người nào đó xem họ là tốt hay xấu __________ cách. Nhưng, tốt nhất là bạn nên tìm hiểu một người thông qua những người bạn của anh ta.

Hôm qua là sinh nhật của Liên, bạn thân của tôi. Tôi và anh Park được Liên mời đến dự sinh nhật. Trước khi đến, tôi đã mua một bó hoa thược dược để chúc mừng cô ấy. Cô ấy nhận hoa với vẻ mặt không vui và giận dữ nói rằng: "__________ hoa mà anh lại mua hoa thược dược tặng em". Vì tôi không hiểu hết ý nghĩa của các loại hoa nên tôi đã mắc một sai lầm đáng tiếc. Tôi lo lắng, tôi __________ cô ấy hiểu và thông cảm cho tôi.

2. Hoàn thiện các câu sau:

Ví dụ

Ông ấy hỏi ______.

Ông ấy hỏi **gì** tôi trả lời **nấy**.

Tiếp tục với

- Tính tình bố anh ấy ______
- Chị học với thầy giáo ______
- Bố mẹ ở đâu ______
- Chồng ở đâu ______
- Chị thích ______
- Họ đi du lịch ______
- Biết đến đâu ______
- Các bạn mua ______
- Các chị uống ______

3. Dùng '... *nào* ...*nấy*' hoàn thiện các thành ngữ tiếng Việt sau đây:

- "Cha ______"
- "Rau ______"
- "Thầy ______"
- "Nồi ______"
- "Gió ______"

4. Chọn và điền từ thích hợp vào chỗ trống:

- Sau khi tốt nghiệp, các sinh viên chỉ có một mục đích là ________ tìm được một việc làm tốt.

① ra sao ② làm sao để ③ tại sao ④ sao thế ⑤ thế nào

- Ông ấy là một người nóng tính nên ________ người không thích ông ấy.

① làm sao ② hầu hết ③ vì sao ④ vì vậy ⑤ chẳng thiếu gì

- Niềm mong muốn lớn lao nhất của chủ tịch Hồ Chí Minh là ________ nước giàu, dân có cơm ăn và được học hành.

① bao nhiêu ② bấy nhiêu ③ chẳng thiếu gì ④ làm sao cho ⑤ càng

- Sao chị lại không tìm cách trả lời khác vì trong tiếng Việt ________ cách trả lời lịch sự hơn.

① không thiếu gì ② bấy nhiêu ③ làm sao ④ làm sao để ⑤ ra sao

- Bà đừng ngại, cứ nói đi, bà nói bao nhiêu tôi sẽ trả ________

① bao nhiêu ② bấy nhiêu ③ nào ④ nấy ⑤ đấy

- Ông ấy là một người rất khó tính mà chuyện này lại rất tế nhị nên tôi vẫn chưa biết ________ ông ấy hiểu và thông cảm cho.

① thiếu gì ② bấy nhiêu ③ làm thế nào để ④ để sao ⑤ làm gì

- Trong tiếng Việt có thành ngữ "Cha ________ con nấy".

① như ② nấy ③ bao nhiêu ④ ấy ⑤ nào

- Hiện nay, thế hệ trẻ Việt Nam chỉ có một ước muốn là ______ kiếm được nhiều tiền.

① làm sao để ② sao làm để ③ chẳng thiếu ④ bấy nhiêu ⑤ tại sao

5. Đọc, hiểu kĩ ngữ cảnh rồi dùng "làm sao cho (để) …, làm thế nào để …" hoàn thành câu:

- Một bài tập quá khó đối với anh. Anh chưa làm được, anh đang tìm cách giải.

→ ______

- Anh ấy muốn trở nên giàu có. Anh ấy hỏi một người bạn về cách làm giàu

→ ______

- Anh yêu một cô gái. Anh đã nói với cô ấy nhiều lần về tình cảm của anh nhưng chưa có kết quả.

→ ______

- Anh ấy muốn đi du lịch thành phố Hồ Chí Minh bằng xe máy. Tôi biết điều đó rất khó thực hiện. Nhưng hiện tại:

→ ______

- Chị ấy mới học tiếng Việt 3 tháng. Một người muốn nhờ chị ấy dịch một bài báo sang tiếng Việt.

→ ______

6. Điền "làm sao cho (để) ⋯, làm thế nào để ⋯" vào các câu sau:

- Tôi muốn ________ gia đình tôi đỡ nghèo hơn.
- Anh ấy không biết ________ cô ấy hết giận.
- Họ luôn luôn cố gắng ________ hoàn thành tốt nhiệm vụ.
- Tôi chưa biết ________ anh ấy tin tôi.
- Chị ấy không biết ________ anh ấy tha thứ cho mình.
- Chúng tôi chưa biết ________ họ hiểu rằng, đó là một sự sai lầm lớn.

7. Bạn hãy điền các yếu tố còn thiếu của các danh từ, tính từ 2 âm tiết trong đoạn văn dưới đây:

Ai là người hay kiêng?

Nói chung, dân làm ăn buôn ________ là kiêng khem nhiều nhất. Sau đó là đến những người làm nghề mạo ________ hoặc những người có nghề ________ rủi ________ cao như: ngư ________, ________ săn, ________ lặn, lái ________ phi ________, ________ Người nông thôn mê tín hơn người thành phố. Người già kiêng nhiều hơn người trẻ. Đàn bà duy tâm hơn đàn ông. Người có học ít mê tín nhất. Họ thường không tin vào những điều vớ ________, ________ v.v.

Bài đọc thêm (읽기)

Những điều cần làm trước khi đi du lịch nước ngoài

Du lịch nước ngoài ngày càng trở nên phổ biến với giới trẻ, thế nhưng không phải ai cũng có kinh nghiệm chuẩn bị khi đến một vùng đất mới, "lạ nước lạ cái". Những mẹo sau đây sẽ giúp chuyến đi nước ngoài của bạn trở nên thú vị và an toàn hơn.

1. Dành đủ thời gian kiểm tra hộ chiếu và visa

Để đi du lịch nước ngoài, hộ chiếu của bạn phải còn giá trị ít nhất là 6 tháng. Bạn cũng cần chắc chắn hộ chiếu của bạn còn đủ số trang để có thể đóng được dấu du lịch của các nước. Hãy kiểm tra xem những nước mà bạn đi có yêu cầu visa hay không. Một số quốc gia sẽ mất vài tuần để có thể xin được visa, vì vậy bạn cần phải lên kế hoạch cụ thể trước.

Nếu có bất cứ nhầm lẫn nào trên visa của bạn, hãy giải quyết trước khi bạn lên đường. Hãy kiểm tra thật kỹ để phát hiện cả những sai sót nhỏ nhất như lỗi đánh máy hay nhầm lẫn về ngày tháng để đảm bảo thông tin của mình được chính xác, nếu không bạn sẽ gặp nhiều rắc rối. Sau cùng, hãy tìm một chỗ an toàn để cất giữ cuốn hộ chiếu của bạn trong suốt chuyến đi.

2. Photo những giấy tờ quan trọng

Hãy photo và scan những giấy tờ quan trọng. Chẳng ai muốn mất balô, ví, hay túi xách khi đi du lịch cả, thế nhưng, nếu như vô tình điều đó xảy ra thì bạn cần có những giấy tờ thay thế tạm thời ngay lúc đó. Hãy lưu bản scan của những giấy tờ quan trọng như hộ chiếu, thị thực, thẻ bảo hiểm y tế, thẻ tín dụng trên Dropbox hay Google Docs ··· và cất bản sao hộ chiếu trong một chiếc túi mà không bao giờ tách rời bạn, khác với chỗ bạn cất bản chính hộ chiếu.

3. Mua bảo hiểm du lịch

Bảo hiểm du lịch tương đối rẻ và nó chi trả cho bạn khá nhiều khoản: từ các hóa đơn y tế cho tới việc đền bù giá trị cho những hành lý mà bạn bị mất cắp.

4. Sắp xếp và phân loại tiền bạc

Hãy phân loại các loại tiền trong ví của bạn. Tìm hiểu kỹ loại tiền sử dụng ở nước mà bạn du lịch và làm thế nào để có thể đổi tiền có lợi nhất. Sử dụng loại thẻ tín dụng mà không tính phí khi giao dịch tại nước ngoài. Ngoài ra, hãy cho ngân hàng của bạn biết bạn sẽ đi du lịch nước ngoài để họ tạm thời khóa tài khoản của bạn lại.

5. Chuẩn bị hầu bao cho nhu cầu bản thân

Hãy chuẩn bị túi tiền rủng rỉnh một chút để tận hưởng việc mua sắm khi du lịch vì kiểu gì bạn cũng sẽ bị mê hoặc bởi những món hàng được bày bán cũng như bạn cần tiền để chi tiêu cho chuyến du lịch (vé máy bay, nơi ngủ nghỉ, điểm tham quan du lịch, …). Ngoài ra, bạn cũng cần tiền cho các nhu cầu thiết yếu khi du lịch như ăn uống và di chuyển (taxi, tiền tàu, xe, …) và những chi phí phát sinh khác.

6. Ghi nhớ những từ khóa thiết yếu

Nếu bạn không biết ngoại ngữ, cũng nên tìm hiểu và học thuộc những từ quan trọng, hay dùng nhất. Kể cả khi bạn chỉ biết vài từ, người ta vẫn đánh giá cao sự nỗ lực của bạn. Bạn có thể tải ứng dụng học ngoại ngữ Duolingo để có thêm sự hỗ trợ khi học từ mới.

7. Tắt roaming

Nếu bạn không sử dụng gói điện thoại đã bao gồm cước roaming di động quốc tế, thì hãy tắt roaming trên điện thoại của bạn. Chỉ trong một khoảng thời gian ngắn nhưng tiền cước dữ liệu roaming có thể lên tới con số chóng mặt.

8. Sắp xếp hành lý … vài lần

Hãy lấy ra những vật dụng mà bạn thấy cần và nghĩ tới đầu tiên. Sau đó, suy nghĩ lại xem bạn nên mang thêm thứ gì và loại bỏ thứ gì, sao cho tất cả những thứ mà bạn mang đi thật sự cần thiết. Cuối cùng, hãy sắp xếp chúng vào vali và cân thử, phòng trường hợp phải trả phí hành lý quá cước.

(Phỏngtheo http://songmoi.vn/doi-song-du-lich/nhung-dieu-can-lam-truoc-khi-di-du-lich-nuoc-ngoai; 25/10/2015 - 08:54)

Bài 08

NHÀ CỬA VÀ THUÊ NHÀ

Vietnamese Conversation 3

Hội thoại (회화)

Park: Chào ông bà, nghe nói ông bà có nhà cho thuê, phải không ạ?

Chủ nhà: Vâng, anh muốn thuê nhà thế nào?

Park: Cháu cần tìm một nhà có 2 phòng ngủ, 2 phòng vệ sinh và có bếp ở khu vực này ···

Chủ nhà: Vậy, mời anh đi xem nhà ···! (Park đi xem các phòng trong nhà···)

Park: Dạ, tình hình ở đây thế nào ạ?

Chủ nhà: Anh hỏi thế có nghĩa là thế nào?

Park: Dạ, nghĩa là cháu muốn hỏi về tình hình điện, nước và an ninh ở khu vực này ạ!

Chủ nhà: Ồ, nói chung là tốt, nhất là an ninh ··· Còn điện, nước cũng tốt. Hiện nay ở Hà Nội không hay mất điện nữa ···

Park: Thủ tục thuê nhà có gì phức tạp không ạ?

Chủ nhà: Cũng chẳng có gì phức tạp đâu! Chúng ta ký với nhau một hợp đồng, rồi anh phô tô cóp pi cho tôi hộ chiếu, thế là xong …!

Park: Dạ, thế giá cả thế nào ạ?

Chủ nhà: Anh cũng đừng lo, giá cả bây giờ đều theo thị trường … Nhà này giá 400 đô-la Mỹ một tháng, không kể tiền điện, nước và trả trước một nửa …

Park: Nghĩa là nếu cháu thuê 6 tháng thì phải trả trước 3 tháng …

Chủ nhà: Vâng, đúng thế!

Bài đọc (독해)

Nhà cửa của người Hàn

Trước đây, nhà của người Hàn Quốc thường có hình chữ nhật hoặc hình chữ U và chủ yếu được xây bằng gỗ và đất sét. Mái nhà không cao lắm và được lợp bằng rơm rạ; nhà giàu thì lợp bằng ngói. Một ngôi nhà điển hình của người Hàn Quốc gồm có một phòng khách, một phòng ngủ và một nhà bếp, nhà vệ sinh được xây cách xa nơi ở. Sân được bố trí ở giữa.

Nhà của người Hàn Quốc, kể cả cũ hay mới, được xây để bảo vệ chủ nhân của nó khỏi những yếu tố bên ngoài. Nói chung là hơi thấp, các phòng tương đối nhỏ và không có nhiều cửa sổ hay cửa ra vào. Một số phòng có sàn ondol, tức là sàn nhà được sưởi ấm từ bên dưới. Hệ thống sưởi này rất quen thuộc trong đời sống của người Hàn Quốc và thậm chí còn trở thành mốt. Trong những năm gần đây, nhiều ngôi nhà xây theo kiểu phương Tây nhưng vẫn có một số phòng được trang bị hệ thống sưởi kiểu này. Người Hàn Quốc thường thích ngồi và nằm trên đệm hoặc thảm dầy được trải dưới sàn nhà.

Trong một gia đình truyền thống Hàn Quốc, có rất ít đồ đạc hay ghế ngồi được bày trên sàn nhà. Không có sự phân biệt giữa phòng ngủ và phòng ăn. Phòng của phụ nữ (gọi là anbang) được đặt ở phía sau nhà và là nơi tụ họp của cả gia đình. Do vậy không có gì ngạc nhiên nếu ta thấy căn phòng này được trang bị một tủ quần áo, chăn màn và các đồ dùng cá nhân khác. Trong khi đó, người chủ gia đình ở phần phía trước của gian nhà (gọi là sarangbang). Đây cũng là nơi tiếp khách của cả nhà. Nếu người chủ là người có học, phòng của người đó sẽ được trang bị một bàn học, giá sách, và một vài cái đệm. Thông thường, chủ nhà ngủ ở phòng vợ vào ban đêm.

(Phỏng theo 'Một vòng quanh các nước")

Từ vựng (어휘)

căn hộ	세대, 가구	chung cư(終居)	아파트
gác, tầng(層)	층	biệt thự(別墅)	단독주택, 별장
ồn ào	시끄러운	sạch sẽ	깨끗한
rộng rãi	넓은	chật hẹp	좁은
yên tĩnh(安靜)	안정, 조용한	tiện(便)	편리한
bất tiện(不便)	불편한	dọn dẹp	정리하다, 정돈하다
nhà trọ	여관, 하숙집	khách sạn(客棧)	객잔, 호텔
nhà nghỉ	여관	tiện nghi(便宜)	편의, 편의시설
thang máy	엘리베이터	đồ đạc	물건
thảm	융단	sàn nhà	마루
trần nhà	천장	phòng vệ sinh(房衛生)	화장실
khép kín	폐쇄된	thuê nhà	집을 빌리다
chủ nhà	집주인	máy giặt	세탁기
thiết bị(設備)	설비	tủ lạnh	냉장고
lò sưởi	난방기	hình chữ nhật	일자형
đất sét	점토, 진흙	mái nhà	지붕
lợp	지붕을 얹다	rơm rạ	짚
ngói	기와	điển hình(典型)	전형적인
bố trí(布置)	배치하다	đệm	방석
trang bị(裝備)	갖추다, 장비	bày	전시하다
phân biệt(分別)	분별하다	chăn màn	담요, 이불

Chú giải ngữ pháp (문법해설)

1 **Các động từ: cầm, mang, xách, đeo, đội, vác, khiêng …**

Đây là nhóm động từ biểu thị sự vận chuyển (hay di chuyển) một sự vật nào đó theo người. Trong đó, sự khác nhau giữa các động từ chủ yếu là do phương thức (hay cách) vận chuyển khác nhau. Cụ thể: "**mang**" là vận chuyển theo người một vật nhưng không nói rõ bộ phận nào của cơ thể tham gia vào sự vận chuyển này; "**đeo**" là gắn vật nào đó vào một bộ phận nào đó của cơ thể, có thể là vai, cổ tay, tai, cổ …; "**cầm**" là vận chuyển sự vật nằm gọn trong lòng bàn tay; "**xách**" cũng vận chuyển bằng bàn tay nhưng sự vật thường lớn, hơi nặng và thường được đựng trong một sự vật khác; "**vác**" là sự vận chuyển sự vật được đặt trên vai hoặc lưng; "**đội**" là sự vận chuyển sự vật được đặt trên đầu; "**khiêng**" (hay **khuân**) là sự vận chuyển có sự tham gia của ít nhất là hai người, sử dụng tay và sự vật được vận chuyển thường to, nặng, có thể dùng giá, võng để vận chuyển …

이 동사들은 사람에 의한 사물의 이동을 나타낸다. 이들은 이동방식에 따라 다르게 쓰인다. "**mang**"은 신체의 부위가 불명확하지만 사람이 가지고 이동하는 경우에, "**đeo**"는 팔, 손목, 귀, 목처럼 신체의 부위에 부착되어 이동하는 경우에, "**cầm**"은 손바닥에 쥐어진 상태로 이동하는 경우에, "**xách**"은 손바닥에 의하여 이동하지만 크거나 무거워서 다른 사물에 담기어 이동하는 경우에, "**vác**"은 어깨 혹은 허리에 놓여 이동하는 경우에, "**đội**"는 머리 위에 놓여 이동하는 경우에, "**khiêng**" (혹은 **khuân**)은 사물이 크거나 무거워 적어도 2인 이상의 참여와 손에 의하여 이동하는 경우에 쓴다.

Ví dụ

- Vì quên **mang** áo mưa nên chiều qua tôi đã bị ướt.
- Vào mùa mưa, đi đâu người Hàn cũng luôn **mang** ô.
- **Đeo** túi, đeo đồng hồ, **đeo** nhẫn, **đeo** dây chuyền, …
- **Đeo** ba lô đi du lịch là tiện lợi nhất.
- Cầm sách, **cầm** bút, **cầm** mũ, …
- Con **cầm** tiền đi mua cho mẹ hộp sữa.

- **xách** túi, **xách** cặp, ⋯
- Tôi **xách** túi giúp chị ấy.
- **Vác** cây, **vác** hành lý, **vác** vali, ⋯
- Anh ấy có thể **vác** một bao gạo nặng 50 kg.
- **Đội** mũ, **đội** nón, ⋯
- Người Campuchia thường **đội** cơm lên chùa.
- **khiêng** tủ, **khiêng** bàn ghế, **khiêng** giường, ⋯
- Ở nông thôn, người ta thường **khiêng** người ốm đi bệnh viện.

2 동사 + dở, nốt, thêm, tạm, qua, kỹ ⋯

"**dở**", "**nốt**", "**tạm**", "**qua**", "**kỹ**", "**thêm**" là những trợ động từ biểu thị tình trạng của các động từ. "동사 + **dở**" biểu thị ý nghĩa hành động chưa kết thúc. "동사 + **nốt**" biểu thị ý nghĩa hành động cần được hoàn thành sớm trước khi chuyển sang hành động khác. "동사 + **tạm**" biểu thị hành động được xảy ra trong một thời gian, trong một điều kiện không chính thức (tạm thời). "동사 + qua" biểu thị hành động được tiến hành một cách sơ lược, không chi tiết, thiếu cẩn thận. "동사 + **kỹ**" biểu thị hành động được thực hiện một cách cẩn thận, đầy đủ và chi tiết. Còn "동사 + **thêm**" mong muốn hành động tăng về số lượng.

"**dở**", "**nốt**", "**tạm**", "**qua**", "**kỹ**", "**thêm**" 등은 동사의 상황을 나타내는 조동사이다. "동사 + **dở**"는 끝내지 않은 행동을, "동사 + **nốt**"은 끝내지 않은 행동을 마무리하겠다고, "동사 + **tạm**"은 정확하지 않은 조건에서 잠시동안 일어날 행동을, "동사 + **qua**"는 대략적으로 진행된 행동을, "동사 + **kỹ**"는 명확하고 충분하게 진행된 행동을, "동사 + **thêm**"은 더 했으면 하는 행동을 나타낼 때 쓴다.

Ví dụ

- Tuần trước, chúng tôi **học dở** bài tám, tuần này **học nốt**.
- Cuốn sách này, chúng em mới **đọc qua**, chưa có thời gian **đọc kỹ**.
- Một hai hôm đầu sang Việt Nam, chúng tôi phải **ở tạm** trong khách sạn.
- Anh ấy đang **viết dở** báo cáo thì có việc phải đi.
- Ông ấy rất cần thời gian để **giải quyết nốt** công việc trong ngày.
- Các buổi tối, anh ấy phải đi học **thêm**.

3 Cách cấu tạo động từ hai âm tiết:

xóa	+	bỏ	= xóa bỏ	
chờ	+	mong	= chờ mong, ···	(a)
đập	+	tan	= đập tan	
nói	+	xấu	= nói xấu, ···	(b)
hỏi	→ hỏi han			
nghĩ	→ nghĩ ngợi, ···			(c)

Cũng như danh từ, động từ trong tiếng Việt cũng có một số cách cấu tạo: (a) là ghép động từ theo phương thức đẳng lập; (b) là ghép động từ theo phương thức chính phụ; còn (c) là phương thức ghép danh từ mà trong đó có một yếu tố bị mờ nghĩa.

2음절 동사 만드는 방법: (a)는 대등방식에 따라, (b)는 정·부(正·副)방식에 따라, (c)는 한 요소의 의미가 약화되는 방식에 따라 동사를 만든다.

Ví dụ

- Chúng tôi luôn **mong đợi** tin tức của anh.
- Vì thiếu kinh nghiệm nên chị ấy đã **làm hỏng** chương trình này.
- Người Việt, khi gặp nhau thường **hỏi han** nhau về sức khỏe, gia đình và sự học hành của con cái.
- Mọi người **giúp đỡ** nhau trong lúc khó khăn.
- Bố mẹ luôn **yêu thương** và **chăm sóc** con cái.

Luyện tập (어음 연습)

A 1. Trả lời các câu hỏi sau theo bài hội thoại và bài đọc:

- Anh Park thuê nhà để làm gì?
- Anh Park cần thuê một chỗ ở như thế nào?
- Anh Park đã hỏi chủ nhà về những điều băn khoăn gì?
- Thủ tục, giá cả và điều kiện thuê nhà ở đây thế nào?
- Thông thường, nhà của người Hàn Quốc có hình gì?
- Một ngôi nhà truyền thống Hàn Quốc gồm những phòng nào? Các phòng có những đặc điểm gì?
- Hệ thống sưởi ấm quen thuộc trong nhà của người Hàn được thiết kế như thế nào?
- Trong phòng của phụ nữ Hàn Quốc thường được trang bị những gì?
- Trong phòng của người chủ nhà có học ở Hàn Quốc thường được trang bị những gì?
- Vì sao người Hàn Quốc thích ngồi hoặc nằm trên đệm hoặc thảm được trải dưới sàn nhà?

2. Thử giải thích các từ sau:

chủ nhà →
dọn dẹp →
tiện nghi →
thang máy →
phòng khách →
sânphòng khách →
căn hộ khép kín →
phòng khách →
máy điều hòaphòng khách →

3. Trả lời các câu hỏi và tập nói:

a. Gần đây ở các thành phố lớn của Việt Nam dịch vụ kinh doanh khách sạn, nhà ở cho người nước ngoài rất phát triển? Theo bạn, điều đó tốt hay xấu? Vì sao?

b. Khách sạn 4, 5 sao nghĩa là gì? Và theo bạn, những khách sạn này thường dành cho những đối tượng nào?

c. Nhà cho người nước ngoài thuê ở Hà Nội thường như thế nào?

d. Một chỗ ở tốt theo quan niệm của bạn gồm những điều kiện gì?

e. Bạn hiểu thế nào về thành ngữ "An cư lạc nghiệp"?

B 1. Hãy điền các động từ "cầm, mang, xách, đeo, đội, vác, khiêng" vào chỗ trống trong các câu sau:

- Khi đi xe máy, nhiều người không có thói quen ______ mũ bảo hiểm.
- Một số phụ nữ rất thích ______ hoa tai.
- Nhờ anh ______ giùm tôi chiếc vali.
- Anh ấy có thể ______ trên vai một bao gạo nặng tới 50 kg.
- Không khí bị ô nhiễm, nên khi đi ra ngoài nên ______ kính, ______ mũ và ______ khẩu trang.
- Khi lên máy bay, mỗi người chỉ được phép ______ một túi nặng dưới 7 kg.
- Nhờ anh chị ______ giúp tôi cái bàn này tới góc kia.
- Bố tôi làm nghề bốc vác nên hàng ngày ông ấy phải ______ những bao xi măng xuống tàu.

- ______ nhẫn ở ngón áp út bàn tay trái có nghĩa là người đã kết hôn.
- Tôi nhờ chị ấy ______ lá thư này sang Hàn Quốc đưa cho giáo sư Song.

2. Đọc kỹ và điền các trợ từ: "dở, nốt, thêm, qua, kỹ, tạm" vào các câu sau:

- Tôi thấy sức khỏe của chị còn yếu lắm, chị nên nghỉ ______ vài tuần nữa.
- Trước đây vì thời gian học ở Việt Nam ngắn nên tôi chưa có điều kiện tìm hiểu ______ văn hóa Việt Nam. Lần này, tôi sẽ cố gắng tìm hiểu thật ______ văn hóa Việt Nam.
- Xin lỗi bạn, tôi đang làm ______ bài tập nên không thể đi chơi với bạn được.
- Đi học về, đói quá mà chưa đến giờ ăn cơm nên tôi phải ăn ______ mấy cái bánh.
- Anh chờ tôi một chút, tôi đọc ______ mấy trang tài liệu này.
- Chị xem ______ bản báo cáo này rồi chuyển cho anh ấy đọc.
- Tiếng Việt của em chưa tốt lắm, em nên học ______ một thời gian nữa.
- Hôm qua, chúng em chưa làm xong các bài tập nên hôm nay chúng em phải làm ______
- Vì mưa to nên quần áo tôi bị ướt hết. Trong lúc chờ quần áo khô tôi phải mặc ______ quần áo của bạn tôi.
- Vấn đề này chúng em đã biết rồi nên thầy giáo chỉ giảng ______

- Không hiểu có chuyện gì quan trọng mà ông ấy đang uống ______ cốc sữa vội đi ngay.

- Tính chị ấy rất cẩn thận nên gặp việc gì chị ấy cũng giải quyết ______.

3. Tìm mối liên hệ giữa: "dở - nốt", "qua - kỹ", "tạm - thêm" rồi hoàn thiện các câu sau:

- Hôm qua vì có việc phải đi nên nhiều việc bỏ ______, hôm nay tôi phải làm ______ để báo cáo giám đốc.

- Những vấn đề mà các em đã biết rồi, thầy giáo chỉ giảng ______ còn những vấn đề mà các em chưa hiểu rõ, thầy giáo sẽ giảng ______.

- Lúc nãy, vì đói nên tôi mới ăn ... bát mì, bây giờ tôi phải ăn ______.

- Lần trước vì không có thời gian nên tôi chỉ đọc ______ còn lần này có nhiều thời gian nên tôi phải đọc ______ tài liệu này.

- Buồn ngủ quá nên tôi đã ngủ ______ trên xe buýt, bây giờ về đến nhà tôi tiếp tục ngủ ______.

- Ông ấy đang nói ______ thì phải trả lời điện thoại, bây giờ ông ấy tiếp tục nói ______ những điều ông ấy muốn nói với tôi.

- Thời chiến tranh đang học ______ đại học thì họ phải đi lính, chiến tranh kết thúc họ trở về trường đại học để học ______.

- Cô giáo thường khuyên sinh viên, trước khi thi các em không nên ôn tập ______ mà phải xem lại ______ tất cả các bài đã học.

- Hồi nãy, ở trường vì lạnh nên tôi phải mượn ______ áo của bạn tôi để mặc, còn bây giờ ở nhà, tôi không cần mặc ______ quần áo ấm.
- Anh ấy nói với tôi là, anh ấy rất cần ______ thời gian để giải quyết ______ những công việc mà anh ấy đã làm ______ năm ngoái.

4. Thử cấu tạo động từ hai âm tiết dưới đây:

Ví dụ

chờ → **chờ đợi**
→ chờ mong
→ chờ đón
→ chờ chực

Tiếp tục với

ăn → ______
chơi → ______
học → ______
chúc → ______
giúp → ______
hỏi → ______
làm → ______
đi → ______
khuyên → ______
tiêu → ______
nói → ______
hiểu → ______

5. Hoàn thiện đoạn văn sau bằng cách điền những yếu tố còn thiếu trong các tính từ danh từ và động từ hai âm tiết:

Sáng ngày mồng Một Tết, người ta thường tránh cãi ______, nói ______, tránh nhắc đến những từ như: chết ______, ốm ______, ế ______, vấp ______, v.v ______ vì họ sợ những điều đó sẽ theo họ trong cả năm. Người xông nhà vào năm mới phải là người có tuổi hợp với gia ______, có ______ cảnh tốt ______, vợ ______, ______ cái sống hòa ______, hạnh phúc. Tránh người vừa có tang ______, hay đang nợ ______, bệnh ______, ốm ______; tránh cả những người không mau mồm mau miệng. Những người vừa có tang trong gia đình thì không được đi chúc Tết vì mọi người sợ họ sẽ mang tang ______, xui ______ đến cho gia chủ cùng gia quyến, v.v ______.

6. Chọn khả năng đúng rồi điền vào chỗ trống các câu dưới đây:

- Tôi muốn nhờ các bạn ______ hộ cái bàn này tới góc phòng bên trái.

① đeo ② cầm ③ khiêng ④ vác ⑤ xách

- Vì không có chìa khóa vào nhà nên tôi phải ngồi ______ nhà hàng xóm đợi bố mẹ về.

① tạm ② dở ③ kỹ ④ qua ⑤ với

- Anh ấy có thói quen luôn ______ cà vạt khi đi làm.

① khiêng ② cầm ③ vác ④ đội ⑤ đeo

- Bố mẹ tôi thường khuyên con cái khi ăn uống phải cố gắng ăn hết không nên bỏ ______

① tạm ② dở ③ qua ④ kỹ ⑤ vào

- Khi chị ấy bị ốm, nằm ở bệnh viện, tôi thường khuyên chị ấy không nên ______ nhiều mà ảnh hưởng đến sức khỏe.

① ngợi nghĩ ② chạy nhảy ③ nghĩ ngợi ④ hát hò ⑤ cười nói

- Thời gian đầu vì chưa thuê được nhà nên chúng em phải thuê ______ phòng của một khách sạn ở trung tâm thành phố.

① kỹ ② dở ③ nốt ④ tạm ⑤ qua

- Vì ghét nhau và đố kị nhau nên họ thường xuyên ______ nhau.

① yêu nhau ② nói xấu ③ khen ngợi ④ thích ⑤ hỏi han

- Sáng sớm, mẹ tôi thường ______ giỏ đi chợ mua thức ăn cho cả gia đình.

① đeo ② đội ③ vác ④ khiêng ⑤ xách

7. Hãy điền các âm tiết còn thiếu đối với các tính từ, danh từ và động từ trong đoạn văn sau đây:

Người Việt Nam vốn có truyền thống mến khách. Khách đến chơi bao giờ cũng được chủ nhà **đón** ______ thân tình, **niềm** ______ Trước kia, khách thường được chủ nhà mời ăn trầu, uống nước. "Miếng trầu là đầu câu chuyện". Miếng trầu **thơm** ______, chén nước chè **ấm** ______ đã làm cho câu chuyện trở nên **đậm** ______, **ấm** ______ Ngày nay, phong tục mời khách ăn trầu không còn phổ biến như trước nữa, nhưng mời uống nước chè vẫn còn rất phổ biến khi tiếp khách.

Khách là người ở xa đến nhất định được chủ nhà mời ở lại ăn cơm. Tùy hoàn cảnh **gia** ______ mà bữa cơm có thể có những món ăn sang ______ hoặc **cơm** ______ bình thường. Người Việt Nam có câu: "Lời chào cao hơn mâm cỗ". Những lời nói **thân** ______, những cử chỉ **ân** ______ bao giờ cũng được **đánh** ______ cao hơn những món ăn ngon.

Bài đọc thêm (읽기)

Kinh doanh khách sạn và nhà ở

Kinh doanh khách sạn, nhà ở cho người nước ngoài thuê là một dịch vụ mới phát triển gần đây ở các thành phố lớn của Việt Nam. Hiện nay, khi người nước ngoài đến Hà Nội hay thành phố Hồ Chí Minh để làm việc, học tập hay đầu tư ⋯, họ không còn phải lo lắng đến chỗ ăn ở nữa.

Ở các thành phố lớn của Việt Nam đã có nhiều khách sạn lớn, hiện đại và đầy đủ tiện nghi. Có nhiều khách sạn tầm cỡ quốc tế với chất lượng phục vụ 4, 5 sao như: khách sạn Hanoi Daewoo, Hanoi Hilton, Nikko Hotel, Fortuna, Melia, Hanoi Tower, ⋯

Đặc biệt ở thành phố lớn, như Hà Nội có rất nhiều khách sạn mi ni, hệ thống nhà khách, nhà nghỉ, nhà riêng cho người nước ngoài thuê, ⋯v.v. Các chủ nhà người Việt có nhà cho người nước ngoài thuê thường phải bỏ ra một số tiền khá lớn để sửa chữa và trang bị những thiết bị hiện đại. Nhà cho người nước ngoài thuê ở Hà Nội thường đẹp và đủ tiện nghi.

Nói chung, giá thuê nhà ở Hà Nội và các thành phố lớn của Việt Nam, hiện nay không đắt lắm, với giá phải chăng. Cuộc sống của người Việt Nam càng ngày càng tốt, do đó người nước ngoài cũng cảm thấy dễ chịu hơn.

Bản ghi nhớ

Bài 09

NHỮNG CÂU CHUYỆN VỀ ẨN THỰC

Vietnamese Conversation 3

Hội thoại (회화)

A

Park: Anh Hùng này, ở Việt Nam, đến gia đình nào mình cũng được mời uống nước chè. Đó có phải là một phong tục của người Việt không?

Hùng: Phải rồi. Người Việt Nam thường mời khách uống nước chè.

Park: Mình thường được mời uống nước chè Thái. Chè Thái có phải là chè của Thái Lan không?

Hùng: Ồ, không. Chè Thái không phải là chè của Thái Lan đâu mà là chè của Việt Nam được trồng ở Thái Nguyên. Thái Nguyên là một tỉnh miền núi phía Bắc Việt Nam, cách Hà Nội khoảng 90 km. Đó là một vùng nổi tiếng về chè.

Park: À, bây giờ thì mình đã hiểu. Thế còn "trà" và "chè" khác nhau thế nào, cậu có thể giải thích cho mình được không?

Hùng: “Trà” hay “chè” đều là một; uống trà hay uống chè đều như nhau. Người miền Bắc thường dùng cả hai, còn ở miền Nam thì người ta hay dùng từ “trà” …

Park: Phải rồi! Người miền Nam rất thích uống “trà đá” đúng không?

Hùng: Hoàn toàn chính xác! Thế là cậu bắt đầu hiểu được văn hóa và phong tục của Việt Nam rồi đấy …

B

Chị Kim: Anh Dũng này, anh có thể cho tôi biết cách pha trà của người Việt không?

Anh Dũng: Trước hết, chị hãy rửa sạch ấm và chén rồi rót một ít nước sôi vào để vừa tráng ấm, chén vừa làm cho chúng nóng lên. Sau đó, chị cho một lượng chè vừa uống vào ấm và đổ một ít nước sôi vào, lắc đều rồi đổ đi. Người ta gọi đó là rửa (hay tráng) chè. Tiếp theo, chị rót nước sôi vào gần đầy ấm và chờ mấy phút rồi rót nước chè ra chén và uống ···

Chị Kim: Người Việt có hay uống nước chè với đường không, anh?

Anh Dũng: Kiểu uống chè này, không ai uống với đường cả.

Chị Kim: Thế còn kiểu uống chè nào khác?

Anh Dũng: Đó là hiện nay có một loại chè thường được gói trong những túi giấy nhỏ, gọi là chè túi, hay chè nhúng ··· Để uống loại chè này rất đơn giản, mất ít thời gian ··· Chị cho túi chè vào cốc rồi rót nước sôi vào, đợi 1 hoặc 2 phút là uống được. Loại chè này, có thể uống với đường và chanh ···

Chị Kim: Thế còn "chè xanh" là loại chè gì?

Anh Dũng: Ở Việt Nam, "chè xanh" hay "chè tươi" là một. Đó là loại chè được nấu (hay om) bằng lá chè còn tươi chứ không sấy khô như các loại chè nói trên.

Chị Kim: Cám ơn anh, bây giờ tôi mới hiểu ···

Bài đọc (독해)

Món ăn cầu may trong ngày Tết

Ngày nay, nhiều cộng đồng dân tộc trên thế giới vẫn còn tin rằng có những loại thực phẩm mà ăn vào trong dịp năm mới sẽ giúp họ gặp may mắn và có thêm sức mạnh.

Ở Việt Nam, bánh tét và bánh chưng biểu thị sự no ấm. Ở Hàn Quốc, ngày Tết người ta ăn teok kuk để lên một tuổi. Ở Nhật Bản, ngày Tết người ta ăn cá chép chiên để hy vọng có được một sự vững vàng khi phải đối đầu với những khó khăn, bất hạnh của cuộc sống. Ở Hà Lan, vào đêm giao thừa, người ta ăn bánh nướng với nho khô. Họ cho rằng, đó là những món ăn mang lại sự trù phú, an khang, thịnh vượng và nhiều niềm vui trong cuộc sống. Còn ở Hung ga ri, bữa cơm đầu năm phải có xúp cá và thịt thỏ. Vì họ cho rằng, ăn xúp cá thì mọi ưu tư, lo phiền năm cũ sẽ trôi đi; còn thịt thỏ sẽ mang lại sức khỏe. Vào ngày Tết, người Hung ga ri kiêng ăn thịt gà, thịt chim, thịt vịt, ... vì sợ những con vật đó có thể cắp hạnh phúc của họ bay đi mất.

Trong khi đó, vào những ngày đầu năm mới, người Mỹ lại rất thích ăn một món ăn mà họ tin là nó sẽ mang lại cho họ nhiều may mắn, đó là bắp cải, cá mòi và mật ong. Bắp cải được chọn vì nó có màu xanh và hình dáng tròn giống một đồng tiền kim loại; cá mòi thì bơi thẳng về phía trước theo từng đàn lớn tượng trưng cho sự sung túc và thẳng tiến; còn mật ong mang lại sự ngọt ngào, niềm vui cho cuộc sống; màu vàng của mật ong còn tượng trưng cho sự giàu sang về của cải vật chất.

Khác với một số nước, ở Ai len trong ngày Tết, người ta làm một loại bánh đặc biệt. Trong bánh, người ta giấu nhiều vật tượng trưng và mời khách ăn. Khách ăn bánh nếu gặp phải vật gì thì họ sẽ đoán biết được tương lai của họ trong năm mới.

Như vậy, hầu như khắp cả thế giới, người ta đều có chung một quan niệm rằng, những việc ta làm, những gì ta ăn trong những giờ phút đầu tiên của năm mới sẽ định đoạt những điều sẽ diễn ra trong cả năm ấy. Giáo sư Jack Satino (Mỹ) khi nghiên cứu về các nền văn hóa khác nhau của thế giới cho rằng, vào dịp năm mới, người ta đều có cảm giác như mình được tái sinh, bởi vậy, tất cả những gì họ làm trong giây phút đầu tiên của năm mới sẽ ám ảnh họ trong suốt cả năm.

(Phỏng theo Hoàng Xuân Vinh)

Từ vựng (어휘)

phong tục(風俗)	풍속	phải rồi, đúng rồi	맞다, 옳다
miền núi	산간지역	vùng	지역
nổi tiếng	유명한	giải thích(解釋)	설명하다
dùng, sử dụng(使用)	사용하다	như nhau	서로 같은
hoàn toàn(完全)	완전히	chính xác(正確)	정확
cầu may	행운을 빌다	cộng đồng(共同)	공동
thực phẩm(食品)	식품	bánh tét	명절 떡
vững vàng	요지부동한	đối đầu(對頭)	싸우다
trù phú(稠富)	부유한	an khang(安康)	평안한, 건강한
thịnh vượng(盛旺)	왕성, 번성	ưu tư(優思)	슬픔, 근심
cắp	훔치다	cá mòi	정어리
hình dáng	형태	tượng trưng(象徵)	상징
sung túc(充足)	만족, 충족	định đoạt(定奪)	결정하다
tái sinh(再生)	재생	ám ảnh(暗影)	늘 따라 다니다, 떨쳐버릴 수 없는
pha (chè, cà phê)	(차, 커피)를 타다	rót (nước)	물을 붓다
tráng (ấm, chén)	(주전자, 찻잔을) 행구다, 씻다	lắc	머리를 좌우로 흔들다 (부정하는 행동)
sấy khô	말리다, 건조시키다		

Chú giải ngữ pháp (문법해설)

1 … có … mới …

"… **có** … **mới** …" là kết cấu biểu thị ý nghĩa điều kiện — kết quả. Tuy nhiên khác với một số kết cấu "điều kiện — kết quả" khác, ý nghĩa "điều kiện" ở đây có tính bắt buộc. Nói một cách khác, ở kết cấu này ý nghĩa điều kiện và kết quả có một sự ràng buộc khá chặt chẽ.

"… **có** … **mới** …"는 조건과 결과의 의미를 표현할 때 쓴다. 그러나 일부 조건과 결과의 표현과는 달리 이 조건의 의미는 강제성이 있다. 달리 말하면, 강제성이 더욱 강하다. 뜻은 "…하면 …하다"이다.

Ví dụ

- Họ có hỏi (thì) tôi **mới** trả lời.
- Chị ấy **có** nói thì mọi người **mới** biết.
- **Có** lửa thì **mới** có khói.

2 … khi … thì …

"**khi** … **thì** …" là kết cấu được dùng để biểu thị:

(a) hai hành động cùng xảy ra trong một thời gian.

(b) ý nghĩa điều kiện — kết quả. Ví dụ:

(c) ý nghĩa thời gian bằng một mệnh đề.

"**khi** … **thì** …"는 두 행동이 동시에 일어나는 경우(a), 조건과 결과의 의의(意義) (b), 한 명제로 인한 시간의 의의(意義) (c)를 표현하고자 할 때 쓴다.

Ví dụ

(a) - **Khi** chúng tôi học **thì** anh ấy xem ti-vi.
- **Khi** mẹ tôi nấu ăn **thì** bố tôi đọc báo.

(b) - **Khi** mới đến Việt Nam **thì** chúng tôi chưa biết một chút tiếng Việt nào cả.
- **Khi** tôi thi đỗ vào đại học **thì** bố mẹ tôi rất vui long.

(c) - **Khi** chúng tôi đến **thì** họ vừa đi ra khỏi nhà.
- **Khi** tôi vào phòng **thì** bà ấy đang ăn sáng.

3

… vừa (mới) … đã

… chưa … đã …

Đây là những kết cấu biểu thị tính liên tục (hay sự tiếp nối) của hai hành động, trạng thái; trong đó nhấn mạnh đến sự xảy ra quá nhanh hay quá sớm của hành động, trạng thái sau. Xét về mức độ, kết cấu "… **chưa** … **đã** …" xảy ra nhanh và sớm hơn.

이는 두 행동이나 상태의 연속 혹은 연결성을 표현한다. 이중 뒤의 행동이나 상태가 빠르거나 일찍 발생했음을 강조한다. "… **chưa** … **đã** …"는 정도에서 더 빠르고 일찍 발생한 것이다.

Ví dụ

- Chị ấy **vừa** về nhà **đã** đi ngay. (có thể đã vào nhà)
- Chị ấy **chưa** về nhà **đã** đi ngay. (có thể chưa vào nhà)
- Nó đang tuổi ăn tuổi lớn nên **vừa** ăn xong **đã** đói rồi.
- Anh ấy vào đây **chưa** ngồi ấm chỗ **đã** đi luôn.

a

··· thế nào cũng ···

··· thế nào ··· cũng ···

kết cấu có ý nghĩa "chắc chắn sẽ ···" hay "nhất định sẽ ···".

이는 "틀림없이 ...할 것이다"라는 의미 표현에 쓴다.

Ví dụ

- Trời oi bức thế này, **thế nào cũng** mưa.
  = Trời oi bức thế này **nhất định sẽ** mưa.
- Chị cứ yên tâm đi. **Thế nào** anh ấy **cũng** gọi điện cho chị.
- Chị cứ yên tâm đi. Anh ấy **thế nào cũng** gọi điện cho chị.
  = Chị cứ yên tâm đi. Anh ấy chắc chắn sẽ gọi điện cho chị.

Luyện tập (어음 연습)

A 1. Trả lời các câu hỏi sau theo nội dung bài hội thoại và bài đọc:

- Người Việt Nam thường có phong tục gì khi tiếp khách?
- Chè Thái là loại chè gì?
- Bạn hiểu thế nào về "trà đá"?
- Bạn đã bao giờ uống chè Thái của Việt Nam chưa? Bạn thấy thế nào?
- Người Nhật Bản ăn cá chép để cầu may điều gì?
- Người Mỹ thường ăn những món ăn nào trong ngày Tết? Ý nghĩa của những món ăn này là gì?
- Vì sao người Hung ga ri kiêng ăn thịt gia cầm trong những ngày đầu năm mới?
- Bạn thường có những cảm xúc gì vào thời điểm năm mới?
- Bạn có tin vào những điều bạn đã đọc trong bài đọc này không? Vì sao?
- Người Hàn Quốc thường ăn món ăn gì trong những ngày Tết? Ý nghĩa của chúng thế nào?

2. Thử giải thích các từ sau:

nổi tiếng →

giải thích →

thực phẩm →

gia cầm →

bất hạnh →

giao thừa →

kiêng →

cặp →

giấu →

tái sinh →

3. Bạn hãy sắp xếp theo thứ tự trước — sau cách pha trà (chè) của người Việt:

a. rót một ít nước sôi tráng ấm và chén

b. rửa sạch ấm và chén

c. cho một ít chè vào ấm

d. rót một ít nước sôi vào ấm để rửa chè

e. rót nước sôi vào gần đầy ấm rồi chờ mấy phút sau.

f. lắc đều cho ướt chè rồi rót ra ngoài

i. rót nước chè ra chén rồi uống.

- Bạn hãy miêu tả cách pha trà (chè) của người Việt?
- Trà (chè) nhúng là loại trà gì?
- Chè tươi là loại chè gì?
- Theo bạn, uống trà có những tác dụng gì?
- Bạn đã bao giờ uống trà (chè) Việt Nam chưa? Theo bạn, trà Việt có những đặc điểm gì giống và khác với trà Hàn Quốc?

B 1. Sử dụng kết cấu "··· có··· mới ···" để nối 2 vế nội dung ở hai cột A và B dưới đây:

- Anh mua	- chị ấy bán
- Thầy giáo giải thích	- sinh viên hiểu
- Anh kể	- chúng tôi biết
- Mọi người đi	- tôi đi
- Ông uống trước	- mọi người uống theo
- Hàng hóa tốt	- mọi người mua
- Chị đề nghị	- anh ấy giúp đỡ
- Con khóc	- mẹ cho bú

2. Hoàn thiện các thành ngữ và nhóm từ cố định tiếng Việt dưới đây:

- Có làm
- Có gốc
- Con có khóc
- Có hoa
- Có đi
- Có đi
- Có khổ

3. Hoàn thiện các câu sau bằng cách điền vào chỗ trống:

- Khi buồn thì ______

- Khi tôi đang trả lời thì ______

- ______ thì chị ấy đang trả lời điện thoại

- Khi chúng tôi đang xem phim thì ______

- ______ thì cửa hàng đã đóng cửa

- Khi chúng tôi đang ăn cơm thì ______

- ______ thì chị ấy nói không biết gì cả.

- Khi họ đến thì ______

- ______ thì anh ấy vào quân đội.

4. Hoàn thiện các câu sau bằng cách trả lời các câu hỏi:

- Khi hết giờ học, em thường làm gì?
- Khi rỗi rãi thì các bạn hay làm những gì?
- Khi ngoài 19 tuổi thì các thanh niên Hàn Quốc phải làm gì?
- Khi gặp khó khăn thì các anh chị thường làm những gì?
- Khi không hiểu thì các chị làm gì?
- Khi hết giờ làm việc thì các nhân viên thường đi đâu?
- Khi đi du lịch thì người Hàn Quốc thường thuê phòng ở những đâu?

5. Dùng kết cấu "… vừa … đã …" hoặc "… chưa … đã …" để nối các nội dung dưới đây thành câu:

- nhắc đến tên anh ấy	- anh ấy đã xuất hiện
- khỏi ốm	- phải đi công tác
- chia tay anh ấy	- có người yêu khác
- buổi chiều nóng	- buổi tối lạnh
- 19 tuổi	- phải sống xa gia đình
- gặp ông ấy tuần trước	- tuần này đã nghe tin ông ấy mất
- 18 tuổi	- đi làm
- nói	- khóc

6. Hoàn thiện tiếp các câu sau:

- Mẹ tôi vừa đi làm về đã ________

- ________ đã tìm được việc làm tốt.

- Chị ấy chưa nghe rõ câu hỏi đã ________

- ________ hôm nay chúng tôi đã ở thành phố Hồ Chí Minh.

- Anh ấy chưa học xong năm thứ nhất đã ________

- ________ đã vội tổ chức đám cưới.

- Họ vừa gặp nhau tuần trước ________

- ________ đã vào bàn làm việc ngay.

7. Hãy thay thế các từ "nhất định", "chắc chắn" bằng kết cấu "··· thế nào cũng ···" trong các câu dưới đây:

- Mùa Đông ở Hàn Quốc nhất định có tuyết.
- Đi lại vào giờ cao điểm thế này chắc chắn sẽ bị tắc đường.
- Anh hút nhiều thuốc như thế nhất định sẽ bị ho.
- Khi đi xe máy nếu vượt đèn đỏ chắc chắn sẽ bị công an phạt.
- Chị lo lắng nhiều nhất định sẽ ảnh hưởng đến sức khỏe.
- Nếu học tập chăm chỉ chắc chắn sẽ đạt điểm cao.
- Khi chị đề nghị nhất định anh ta sẽ giúp đỡ.

8. Hoàn thiện nốt các nội dung còn lại đối với những câu sau:

- ______ bão.
- ______ bị ốm.
- ______ đi học tiếng Việt ở Việt Nam.
- ______ bị ướt.
- ______ bị phê bình.
- ______ bị nhắc nhở.
- ______ tìm được việc làm tốt.

9. Chọn khả năng đúng rồi điền vào chỗ trống các câu dưới đây:

- Các anh chị đừng lo lắng quá, ông ấy ______ đến.

① thế nào cũng ② chắc đến ③ định đến ④ thế nào ⑤ bao giờ

- Ông ấy ______ nằm xuống giường đã ngáy rồi.

① sắp ② đã ③ đang ④ cũng ⑤ vừa

- ______ mùa Đông sắp đến thì mọi người đều đi chuẩn bị quần áo ấm.

① thì ② khi ③ sắp ④ vào ⑤ ở

- Có thức khuya ______ biết đêm dài.

① thế nào ② khi ③ mới ④ vừa ⑤ thì

- Anh ấy ______ nói hết câu, chị ấy đã hiểu hết rồi.

① đã ② rồi ③ đang ④ chưa ⑤ sẽ

- ______ sống tự lập thì mới hiểu được công ơn của bố mẹ.

① thế nào cũng ② chưa ③ vừa ④ có ⑤ cứ

- Khi chúng tôi lớn lên ______ đất nước đã hết chiến tranh.

① đã ② khi ③ thì ④ nếu ⑤ vừa

- Vào năm mới, ______ trẻ con cũng được mừng tuổi.

① sẽ ② thế nào cũng ③ thế nào ④ mới ⑤ khi

- ______ chúng tôi đến nơi thì bữa tiệc đã kết thúc được 15 phút rồi.

① khi ② thì ③ vừa ④ đã ⑤ lần nào

Bài đọc thêm (읽기)

Trà Hàn Quốc và trà Việt Nam

Ở Hàn Quốc có nhiều loại trà. Trà Hàn Quốc không chỉ nổi tiếng bởi vị thơm ngon mà còn rất tốt cho sức khỏe, có tác dụng dưỡng da và giúp ngăn ngừa một số bệnh.

- Trà Sâm Hàn Quốc có tác dụng tăng cường sức khỏe, đặc biệt là đối với những người có thể chất yếu ớt.
- Trà Sâm Hàn Quốc tăng khả năng tư duy, sức chú ý và năng lực tập trung.
- Tuy nhiên, thức uống này chỉ hợp với những người máu lạnh. Đối với những người đang bị cảm không nên dùng loại trà này.

Trà Việt Nam có thể chia làm ba loại: trà hương, trà mạn và trà tươi.

- Trà hương là trà được ướp từ hương của các loại hoa như hoa lài, hoa sói, hoa sen, hoa ngâu, hoa cúc, ... rồi phơi khô, đóng gói sẵn để dùng.

- Trà mạn là trà nguyên chất, không ướp hương. Cách uống trà mạn mang nặng tính thiền: người uống chú trọng đến chất lượng trà, nước pha, ấm tách, cách pha và cách thưởng thức trà.
- Trà tươi là cách uống dân dã, cổ truyền của người Việt: dùng lá trà tươi, vò nhẹ, cho vào nồi nấu hoặc chế nước đun sôi vào bình trà, hãm từ 3-5 phút, sau đó thưởng thức bằng bát sành to.

Việt Nam cũng có trà sâm Ngọc Linh nổi tiếng, có nhiều dược chất, rất tốt cho sức khỏe như trà sâm Hàn Quốc. Sâm Linh Chi tự nhiên được tìm thấy nhiều ở các vùng núi miền Trung Trung Bộ, nhưng vì quý hiếm, chưa trồng đại trà được nên giá cả rất đắt, không dùng phổ biến như trà sâm Hàn Quốc.

Bản ghi nhớ

Bài 10

ÔN TẬP 2

Vietnamese Conversation 3

Hội thoại (회화)

Mẹ Mai: Sao thấy mẹ và bác vào mà nằm dài ở ghế thế kia? Đứng lên chào bác nhanh.

Mai (đang nằm ở ghế sopha, vội đứng lên, cúi đầu chào):

Dạ, cháu chào bác ạ. Xin lỗi bác, cháu mải đọc truyện, không biết mẹ và bác vào.

Bác Lan: Ồ không sao đâu. Chị đừng mắng cháu. Cháu Mai mau lớn quá. Đã cao hơn mẹ rồi còn gì.

Mẹ Mai: Không mắng không được chị ạ. Các cô cậu ở tuổi này mà không uốn nắn, chỉ dạy lễ nghi, phép tắc thường xuyên là chẳng để ý để tứ gì chị Lan ạ.

Bác Lan: Năm nay cháu Mai bao nhiêu tuổi rồi?

Mai: Dạ, cháu 16 tuổi ạ.

Bác Lan: Thế thì bằng tuổi thằng Nam nhà bác. Cậu ấy thì cũng tối ngày dí mắt dí mũi vào máy tính, chẳng để ý gì xung quanh cả.

Mẹ Mai: Bọn trẻ con thời này là vậy. Máy tính rồi mạng miếc với game ghiếc suốt ngày. Mình không nghiêm khắc về giờ giấc, nề nếp sinh hoạt, học hành của chúng là không xong, chị ạ. (*Quay sang Mai*) Con đi nấu nước pha trà mời bác nhanh lên, còn đứng đấy làm gì.

Mai: Dạ, con làm ngay. Xin bác đợi cháu một chút ạ.

Bài đọc (독해)

Lời chào cao hơn mâm cỗ

Trong tiếng Việt, từ "chào" thường đi đôi với từ "hỏi" và từ "mời". Mỗi địa phương có cách chào hỏi, chào mời khác nhau phụ thuộc vào phong tục của địa phương và đối tượng được chào và được mời chào. Người Việt Nam không chỉ chào nhau bằng lời nói mà còn bằng ánh mắt, nụ cười. Đôi khi, mắt còn nói rõ hơn miệng.

Chào hỏi đi đôi với nhau, hỏi là để chào.

Ví dụ:
- "**Ông khỏe không**?" hay
- "**Ông đi đâu đấy**?"
- "**Ông bà đang làm gì đấy**?",
- "**Ông bà đã xơi cơm chưa**?"

- "**Bà đi chợ về đấy à?**"

... v.v.

Nhiều khi hỏi không có mục đích, hỏi không cần trả lời nhưng nếu không chào hỏi thì người ta sẽ cho là lạnh nhạt, khinh người.

Chào mời cũng thường đi đôi với nhau. Cần phân biệt mời thực sự hay mời xã giao (mời để thay cho lời chào). Nếu bạn có dịp đến Việt Nam và có điều kiện tham gia lễ hội chùa Hương, bạn sẽ thấy hành khách trong hai chiếc thuyền đi trên sông, ngược chiều nhau cũng mời nhau ăn cơm. Lời mời đó chỉ là lời chào chứ không có ai lại nhảy sang thuyền kia ăn cơm cả!

"Lời chào cao hơn mâm cỗ"

Nếu có mâm cỗ cao đầy mà lời chào nhạt nhẽo, khinh người thì mâm cỗ cũng bỏ đi, không có ý nghĩa gì!

Lời chào biểu hiện phong cách con người, biểu hiện nề nếp của gia đình, thuần phong mỹ tục của địa phương và của cả dân tộc Việt Nam. Song ở mỗi nơi một khác, mỗi thời một khác. Ngày xưa, chào bằng cách vái, lạy; ngày nay chào bằng cách bắt tay.

(Phỏng theo Tân Việt)

Từ vựng (어휘)

lời chào	인사말	mâm cỗ	쟁반에 차려진 음식
đi đôi, đi cùng	함께하다	ánh mắt	눈빛
nụ cười	미소	phụ thuộc(附屬)(vào)	… 속하다
lạnh nhạt	냉담한, 무뚝뚝한	khinh người(輕)	사람을 경멸하다
phân biệt(分別)	분별하다	xã giao(社交)	사교적인
lễ hội(禮會)	축제, 제례	nhảy sang	건너가다
nhạt nhẽo	정이 없는, 성의 없는, 싱거운	bỏ đi, vứt đi	버리다
phong cách(風格)	스타일, 방식	nề nếp	규범, 가훈
vái	합장하다	lạy	무릎을 꿇다
thuần phong mỹ tục(順風美俗)	미풍양속		

Chú giải ngữ pháp (문법해설)

1

… nếu … thì ….

… hễ … (là) thì …

… giá … thì …

Đây là những kết cấu dùng để biểu thị mối quan hệ: điều kiện - kết quả. Sau "**nếu, hễ, giá**" là nội dung điều kiện còn sau "**thì**" là nội dung kết quả. Trong đó, kết cấu "**giá** … **thì** …" biểu thị những điều kiện có tính giả định ít hiện thực, thường thuộc về những ước muốn, mơ ước của người nói. Trong trường hợp cùng một chủ thể thì có thể lược bỏ bớt đi một chủ thể.

이는 조건과 결과 관계를 나타내는 표현이다. "**nếu, hễ, giá**" 뒤에는 조건의 내용이, "**thì**" 뒤에는 결과의 내용이 온다. 이중 "**giá** … **thì** …"는 실현 가능성이 적은 조건에서 쓴다. 보통 화자의 소원, 희망을 담는다. 주체가 동일할 경우 한쪽의 주체를 생략할 수 있다.

Ví dụ

- **Nếu** ngày mai trời mưa to **thì** các em có thể nghỉ.
- **Hễ** có ai gọi điện cho tôi **thì** nhờ chị nói là tôi không có nhà.
- **Giá** tôi là tổng thống **thì** chắc chắn tôi sẽ có nhiều quyền lực.
- **Nếu** mệt quá **thì** chị cứ nghỉ đi!
- **Giá** anh nghe tôi **thì** mọi việc đã tốt hơn.

2

… vì … nên …

… bởi vì … cho nên …

… sở dĩ … là vì …

Đây là những kết cấu dùng để biểu thị mối quan hệ: nguyên nhân — kết quả. Sau "**vì, bởi vì**" là nội dung nguyên nhân còn sau "**nên, cho nên**" là nội dung kết quả. Để nhấn mạnh ý nghĩa "nguyên nhân", người ta thường đổi vị trí của kết cấu. "**Sở dĩ** … **là vì** …" là kết cấu nhấn mạnh "nguyên nhân", đồng thời người nói mong nhận được sự thông cảm từ phía người nghe.

이는 원인과 결과 관계를 나타내는 표현에 쓴다. "**vì, bởi vì**" 뒤에는 원인, "**nên, cho nên**" 뒤에는 결과의 내용이 온다. 원인을 강조하려 할 때는 결과를 앞에 쓴다. "**Sở dĩ** … **là vì** …"는 원인을 강조하면서, 동시에 화자가 청자의 이해를 구하려고 할 때 쓴다.

Ví dụ

- **Vì** chủ quan **nên** chị ấy làm bài thi không tốt lắm.
- **Sở dĩ** anh ấy đến muộn **là vì** xe máy của anh ấy bị hỏng.
- Anh ấy bị ho nhiều **bởi vì** hút thuốc lá. (**Bởi vì** hút thuốc lá **cho nên** anh ấy bị ho)
- **Sở dĩ** loại hàng này bán không chạy **là vì** chất lượng quá kém.

3

… càng … càng …

… càng ngày càng …

Đây là những kết cấu biểu thị sự tăng tiến. Trong đó, kết cấu "… **càng ngày càng** …" thường biểu thị sự tăng tiến về đặc trưng, tính chất của sự vật hiện tượng theo thời gian. Còn kết cấu "… **càng** … **càng** …" biểu thị những nội dung, hay hành động có quan hệ tăng tiến trong câu.

이는 의미의 상승을 표현할 때 쓴다. "… **càng ngày càng** …"은 시간의 경과에 따른 사물, 현상의 특징과 성질의 상승을, "… **càng** … **càng** …"은 문장에서 상승 관계가 있는 내용과 행동을 표현할 때 쓴다.

Ví dụ

- Thời tiết **càng ngày càng** lạnh.
- Ông ấy **càng** già **càng** khó tính.
- Ông ấy **càng ngày càng** khó tính.
- Chị ấy **càng** nói **càng** khóc.

Luyện tập (어음 연습)

A 1. Hãy thử giải thích các từ và nhóm từ sau:

khinh người →

chào xã giao →

lạnh nhạt →

vái →

lạy →

thuần phong mỹ tục →

2. Trả lời các câu hỏi sau theo nội dung bài đọc:

- Từ chào trong tiếng Việt thường đi đôi với những từ nào?
- Người Việt Nam thường chào nhau bằng những cách nào?
- Khi người Việt Nam thể hiện lời chào đi đôi với hỏi, bạn có cần phải trả lời không? Nếu có thì nên trả lời thế nào? Cho ví dụ?
- Theo bạn, có cần phân biệt mời thật và mời xã giao không? Vì sao?
- Bạn có ngạc nhiên về những lời chào của người Việt Nam không?
- Đối với người Việt Nam, lời chào biểu hiện những điều gì?
- Người Hàn Quốc có kiểu mời chào xã giao không? Cho ví dụ?
- Bạn hiểu "Lời chào cao hơn mâm cỗ" nghĩa là thế nào?

3. Bạn phản đối hay đồng ý?

- Trong tiếng Việt, từ "chào" thường đi đôi với từ "hỏi" và từ "mời".
- Cách chào mời và chào hỏi trong tiếng Việt thống nhất trên khắp mọi miền đất nước.
- Người Việt Nam không chỉ chào nhau bằng lời nói mà còn bằng ánh mắt, nụ cười.
- Trong tiếng Việt không cần phân biệt mời thực sự hay mời xã giao (mời để thay cho lời chào).
- Ở Việt Nam, nhiều khi hỏi không có mục đích, hỏi không cần trả lời nhưng nếu không chào hỏi thì người ta sẽ cho là lạnh nhạt, khinh người.
- Đối với người Việt Nam khi gặp nhau không cần phải chào nhau.
- Ngày xưa và ngày nay, người Việt Nam đều chào bằng cách vái, lạy.

4. Bạn sẽ xử lý thế nào trong những tình huống sau đây:

- Một người nào đó ít tuổi hơn gặp bạn mà không chào.
- Khi gặp nhau, bạn đã chào họ rồi mà họ không chào lại bạn.
- Khi một người nào đó chào bạn bằng cách muốn ôm hôn bạn.
- Khi một người nào đó chào bạn bằng cách bắt tay nhưng họ lại cầm tay bạn quá lâu.
- Họ mời bạn đi ăn, nhưng lời mời của họ thiếu lịch sự, lạnh nhạt.

5. Bạn sẽ làm gì nếu:

- Bạn đang có nhiều tiền

→

- Khi bạn thân sai hẹn với bạn

→

- Khi bạn bị lạc đường

→

- Bạn nhận được một học bổng đi học nước ngoài

→

- Một người nào đó đề nghị bạn giúp đỡ

→

- Khi lời đề nghị của bạn bị từ chối

→

- Một người nào đó không đồng ý với ý kiến của bạn

→

- Khi bạn đang có nhiều thời gian rỗi rãi

→

B 1. Sử dụng các kết cấu ··· nếu ··· thì ···.; ··· hễ ··· (là) thì ···; ··· giá ··· thì ··· tạo câu với những nội dung dưới đây:

- Trời mưa	- Tôi ở nhà.
- Anh ấy bắt đầu nói	- Tôi đi ra ngoài.
- Nằm xuống	- Bắt đầu ngáy.
- Anh ấy nghe lời khuyên của bạn bè	- Tình hình không đến nỗi xấu như vậy
- Đi tàu điện ngầm	- Ông ấy bắt đầu ngủ.
- Tôi là chị	- Tôi sẽ không xử sự như vậy.
- Anh không hoàn thành công việc	- sẽ bị phê bình
- Em không muốn ngồi đây	- ra ngoài kia

2. Hoàn thiện các câu sau đây:

- Sở dĩ ông ấy bị ốm ______
- ______ môi trường ở đây không tốt là vì ______
- ______ chị ấy nói giỏi tiếng Việt là vì ______
- ______ họ không đến là vì ______
- Sở dĩ không người nào tin cô ta ______
- ______ anh chị ấy chưa tổ chức đám cưới là vì ______
- Sở dĩ một nhân viên quản lý thương mại thành đạt trong công việc của mình là vì ______

3. Hãy tìm *các nguyên nhân* có thể có theo khả năng của bạn đối với những kết quả sau:

Ví dụ

Sở dĩ **ông ấy đến muộn** là vì
→ bị tắc đường
→ xe ô tô bị hỏng
→ bị lạc đường
→ ______

Tiếp tục với

- Bà ấy bị ốm nặng → ______
- Chúng tôi không hoàn thành nhiệm vụ → ______
- Mùa Đông năm nay nhiều tuyết → ______
- Mấy năm nay kinh tế Việt Nam phát triển → ______
- Chị ấy vừa tốt nghiệp đã xin được việc làm → ______
- Chúng tôi chọn học tiếng Việt → ______
- Công nhân Việt Nam sang lao động ở Hàn Quốc → ______
- Xe máy là phương tiện giao thông tiện lợi nhất ở Hà Nội → ______

4. Hãy điền các kết cấu càng ngày càng; càng ...càng... vào chỗ trống trong những câu dưới đây:

- Trời ______ mưa to.
- Họ học tiếng Việt ______ tiến bộ.
- Chị nên giải quyết việc này ______ nhanh ... tốt.
- Ngày mai anh đến đón tôi ______ sớm ______ tốt.

- Hai vợ chồng ấy ______ hiểu nhau hơn.

- Kinh tế Việt Nam ______ tăng trưởng.

- Sức khỏe của bố mẹ tôi ______ yếu.

- Chị ấy ______ nói, tôi ______ không hiểu.

- Thời tiết ______ lạnh, mọi người ______ dậy muộn.

5. Sử dụng các kết cấu trên hoàn thiện các câu sau đây:

- Thành phố này có nhiều công trình xây dựng to và đẹp.

  → ______

- Tiếp xúc nhiều với họ, chúng tôi quí mến họ.

  → ______

- Bố tôi bảo đi nhiều, sẽ biết nhiều.

  → ______

- Giá vàng thế giới tăng hàng ngày.

  → ______

- Hút thuốc lá nhiều thì bị ho nhiều.

  → ______

- Hàng hóa của Việt Nam đa dạng và phong phú hơn.

  → ______

- Sống ở Việt Nam lâu, tôi hiểu thêm về cuộc sống của người Việt Nam.

  → ______

6. Chọn khả năng đúng rồi điền vào chỗ trống các câu sau:

- Nhiều nhà khoa học trên thế giới cho rằng, trái đất của chúng ta ______ nóng lên.

① càng ngày càng ② nếu ③ sở dĩ ④ bởi vì ⑤ do

- Sở dĩ cô ấy thất bại ______ cô ta luôn cho mình là người giỏi nhất.

① giá ② nếu ③ ngày càng ④ là vì ⑤ vì vậy

- ______ chị không mời thì anh ấy sẽ không đến dự sinh nhật của chị đâu.

① càng ② là vì ③ nếu ④ giá ⑤ tuy

- Chị ấy càng nói, tôi ______ không hiểu.

① nếu ② hễ ③ giá ④ càng ⑤ lại

- ______ tôi là anh thì tôi sẽ không bao giờ xử sự với chị ấy như vậy.

① ngày càng ② vì ③ giá ④ sở dĩ ⑤ hễ

- Trời càng về khuya, không khí ______ lạnh.

① càng ② sở dĩ ③ nếu ④ hễ ⑤ sắp

- Cuộc sống của nhân dân Việt Nam ______ được cải thiện.

① tại sao ② sở dĩ ③ nếu mà ④ vì là ⑤ càng ngày càng

- ______ gặp chuyện buồn là anh ấy ra quán uống rượu.

① giá ② hễ ③ sở dĩ ④ do ⑤ tuy

- ______ chị ấy còn sống thì bây giờ anh ấy sẽ không buồn bã đến mức đó.

① càng ngày ② giá ③ càng ④ hễ giá ⑤ hễ

Bài đọc thêm (읽기)

Cách chào hỏi của người Hàn Quốc

Người Hàn Quốc rất coi trọng lễ nghĩa phép tắc, vì vậy khi gặp nhau họ thường cúi đầu chào thể hiện sự tôn trọng nhau.

Cách cúi đầu đơn giản

Việc cúi đầu theo cách thông thường này thoạt đầu có vẻ giống như một cái gật đầu nhẹ nhưng bạn đừng nên nhầm lẫn. Phải nhớ rằng việc cúi đầu là khi chúng ta gập người từ phần eo - thắt lưng chứ không phải ở cổ.

Cách chào này là cách chào hỏi thông thường giữa những người bạn hoặc những người cùng tuổi, cùng địa vị hoặc trong tình huống mà bạn không thể nào cúi đầu chào hỏi một cách trịnh trọng như khi bạn đang vội đi đâu đó hoặc đang ở trong một không gian chật hẹp.

Cách cúi đầu đúng nghi thức : cúi đầu 30° - 45°

Đây là cách chào chuẩn mực của hành động cúi đầu chào hỏi. Nó thích hợp với tất cả mọi người, mọi tình huống trong đời sống thường ngày và cả trong công việc. Bạn có thể thực hiện cách chào này đối với người lớn hoặc bạn bè ngang hàng đều được chấp nhận.

Cách cúi đầu chào kết hợp tay

Đây là cách cúi đầu chào kết hợp với việc chắp tay lại và đặt tay phía trước bụng, là cách cúi đầu chào một cách kính cẩn thường được thấy ở những người làm dịch vụ, mặc đồng phục (như tiếp viên hàng không, nhân viên nhà hàng, ⋯). Thường thì họ sẽ gập người 45° thể hiện sự tôn trọng đối với khách hàng hoặc những người họ tiếp xúc, phục vụ.

Cách cúi đầu 90°

Đó là hành động khi chúng ta gập người 90° để chào hỏi, thể hiện mức tôn trọng cao nhất đối với đối phương. Cách chào này được sử dụng khi bạn thể hiện sự kính trọng của mình đối với người lớn tuổi, người có địa vị cao, tiền bối, ⋯ Việc cúi đầu 90° cũng được dùng biểu hiện sự xin lỗi, xin tha thứ chân thành của người chào.

Quỳ lạy

Bên cạnh các hình thức cúi đầu thông thường mà bạn dễ bắt gặp trong đời sống thường ngày thì việc quỳ lạy cũng là nghi thức thường thấy trong các ngày lễ lớn ở Hàn Quốc như ngày Tết Trung Thu, Tết Nguyên Đán, đám tang, đám cưới, ... Bạn thực hiện bằng cách quỳ bằng hai đầu gối và cúi rạp đầu kính cẩn. Đây cũng là cách bạn chào hỏi người lớn trong gia đình khi đi xa về hoặc thể hiện lòng biết ơn hoặc sự hối hận.

(Phỏng theo http://duhochanquocchd.edu.vn/nhung-dieu-can-biet/cam-nang-du-hoc-han-quoc-phan-1.html)

Bài 11

SINH HOẠT HÀNG NGÀY

Vietnamese Conversation 3

Hội thoại (회화)

Park: Mình sắp sang học ở Việt Nam, theo cậu thì nên thuê nhà ở đâu tốt nhất?

Lee: Thế cậu định học ở Hà Nội hay thành phố Hồ Chí Minh?

Park: À, mình sẽ học ở Hà Nội.

Lee: Nếu vậy thì cậu nên thuê nhà ở khu phố Cổ của Hà Nội.

Park: Theo cậu thì ở đó có gì hay hơn ở những nơi khác?

Lee: So với những nơi khác, giá thuê nhà ở khu phố Cổ đắt hơn một chút nhưng lại rất tiện, nhất là trong sinh hoạt hàng ngày. Dọc các phố thuộc khu phố Cổ đều có nhiều quán ăn, quán giải khát, cửa hàng, cửa hiệu... Khi cậu cần giặt giũ, cắt tóc, hay đổi tiền···, cậu chỉ đi vài chục mét... Sự tiện lợi này của khu phố Cổ không nơi nào ở Hà Nội có được. Ngoài ra, ở đó, cậu còn có thể tìm hiểu cuộc sống về đêm của người Hà Nội, đặc biệt là nếu thỉnh thoảng cậu đi dạo đêm quanh Hồ Gươm thì thật là tuyệt···!

Park: Nhưng, mình cũng nghe nói nếu thuê nhà ở khu vực xung quanh khoa Tiếng Việt vừa gần lại vừa rẻ…?

Lee: Đó là trước đây, còn bây giờ ở khu vực Bách Khoa nhiều thứ bất tiện lắm. Đường phố thì lúc nào cũng đông người, ồn ào và lắm xe cộ. Nếu cậu chỉ sang học 1, 2 tháng thì ở tạm khu Bách Khoa cũng được còn nếu học lâu dài thì theo mình cậu không nên ở đó …

Park: Mình rất cám ơn những lời khuyên của cậu!

Bài đọc (독해)

Những phong tục đẹp trong ngày Tết

Mồng một là Tết nhà cha

Sáng mồng một Tết, sau khi lễ gia tiên, con trai trưởng (hoặc dâu trưởng) mời cha mẹ ngồi vào hai ghế tựa ở giữa nhà, các con cháu theo thứ tự: anh chị trước, các em sau, cuối cùng đến các cháu, lần lượt mừng thọ cha mẹ, ông bà bằng hai lạy và hai vái. Sau đó, cha mẹ mừng tuổi cho các con, các cháu bằng những phong bao, được gói bằng giấy hồng điều.

Mồng hai nhà mẹ ...

Sáng mồng hai Tết, cha mẹ dẫn con, cháu về quê ngoại chúc Tết. Đầu tiên là tưởng niệm tổ tiên, rồi mừng thọ ông bà ngoại giống như nghi thức bên nội. Cuối cùng, đi chúc Tết và mừng tuổi họ hàng thân thích bên ngoại. Đến đâu, họ cũng được mừng tuổi.

Tối mồng hai Tết, cả bên nội lẫn bên ngoại cùng ăn cỗ đầu Xuân, chuyện trò vui vẻ. Không khí ấm áp càng làm cho tình nghĩa nội, ngoại thêm thắm thiết.

Mồng ba nhà thầy...

Thầy học là người có công lớn trong việc giáo dục đạo đức, mở mang trí tuệ cho mỗi người. Vì vậy, ngày Tết đến tạ ơn thầy, luôn được nhân dân coi trọng. Người Việt Nam có truyền thống: "Tôn sư trọng đạo", "không thầy đố mày làm nên", "công cha, nghĩa mẹ, ơn thầy"···v.v.

Mồng ba Tết, các môn sinh đến nhà thầy. Sau khi làm lễ tổ tiên, trưởng nhóm thay mặt các môn sinh chúc thọ thầy, cảm tạ công ơn của thầy và biếu thầy nhiều quà tặng khác. Sau đó, thầy và trò liên hoan, chuyện trò vui vẻ, ···

(Phỏng theo Cẩm Thu)

Từ vựng (어휘)

đổi tiền(錢)	환전하다	**loại tiền(類錢)**	화폐 종류
gửi tiền(錢)	송금하다	**sổ tiết kiệm(節儉)**	저축 장부, 저축 통장
tỷ giá(比價)	환율	**tiền mặt**	현금
ngân phiếu(銀票), séc	수표	**kiểm tra(檢査)**	검사하다
lệ phí(例費)	비용	**tài khoản(財款)**	통장 계좌
mở (tài khoản)	(통장을) 개설하다	**ngoại tệ (外幣)**	외화
rút (lấy) tiền	돈을 찾다, 인출하다	**cắt tóc**	머리카락을 자르다, 이발하다
làm đầu	머리하다	**gội (đầu)**	머리카락을 감다
sấy (tóc)	(머리카락을) 말리다	**nhuộm (tóc)**	(머리카락을) 염색하다
chải (đầu)	(머리카락을) 빗다	**tóc bạc**	흰머리
thuốc nhuộm tóc	염색약	**máy sấy tóc**	헤어 드라이기
cạo	면도하다	**râu**	수염
hiệu giặt là	세탁소	**giặt khô**	드라이클리닝
giặt ướt	물세탁	**giặt máy**	기계 세탁
phơi	말리다	**là (ủi)**	다림질하다
bột giặt	분말세제	**máy rút tiền tự động (ATM)**	ATM
số bí mật(數秘密)	비밀번호	**thẻ rút tiền**	현금카드
lễ gia tiên(禮家先)	조상에 대한 차례	**lần lượt**	차례대로
mừng thọ(壽)	장수를 축하하다	**mừng tuổi**	한 살 더 먹은 것을 축하하다

phong bao(封包)	봉투에 담긴 세뱃돈	**hồng điều(紅桃)**	홍조를 띤
tưởng niệm(想念)	묵념하다	**nghi thức(儀式)**	의식
ăn cỗ	음식을 먹다	**tình nghĩa(情義)**	정의
thay mặt	대표하다	**môn sinh(門生)**	문하생
tổ tiên(祖先)	조상, 선조	**vái**	합장하다
lạy	무릎을 꿇다	**có công(功)**	공적이 있다
đạo đức(道德)	도덕		

Chú giải ngữ pháp (문법해설)

1

… làm sao mà … được

… làm thế nào mà … được.

Đây là kết cấu biểu thị ý nghĩa "không thể" hoặc "rất khó" có thể thực hiện hay hoàn thành.

이는 실현 혹은 완성이 어렵거나 불가능한 상황을 표현하고자 할 때 쓴다. 의미는 "어떻게 …할 수 있겠느냐?"이다.

Ví dụ

- Anh mới học tiếng Việt 2 tuần **làm sao mà** nói **được**.
- Chỉ gặp cô ấy một lần (thì) **làm sao mà** biết **được** cô ta là người thế nào.
- Giá cả đắt thế này (thì) **làm thế nào mà** mua nổi.
- Còn một tháng nữa mà phải học 15 bài, **làm sao mà** xong **được**.

2

… làm gì mà … thế

thường dùng trong khẩu ngữ, biểu thị sự ngạc nhiên (với sắc thái tiêu cực) của người nói đối với người nghe. Ý nghĩa tương tự với "tại sao … thế".

이는 구어체에서 청자에 대한 화자의 소극적 놀람을 나타내는 표현이다. 뜻은 "어떻게 … 그렇게 할 수가 있느냐?". 의미는 "tại sao … thế"와 같다.

Ví dụ

- Anh **làm gì mà** chậm **thế**! (Tại sao lại chậm như vậy?)
- Không hiểu, chị ấy **làm gì mà** lâu **thế**! (Tại sao lâu thế?)
- **Làm gì mà** đắt **thế**! (Sao lại đắt như vậy?)

Luyện tập (어음 연습)

A 1. Trả lời các câu hỏi sau:

- Trước khi sang du học ở Việt Nam, anh Park đã tham khảo anh Lee điều gì?
- Anh Lee đã khuyên anh Park nên thuê nhà ở đâu?
- Theo anh Lee thuê nhà ở khu vực phố Cổ của Hà Nội có những tiện lợi gì?
- Bạn đã từng sang học ở Việt Nam chưa? Lúc đó bạn thuê nhà ở đâu? Bạn hãy cho biết những lý do để thuê nhà ở đó?
- Bạn hãy cho biết, vào ngày Tết, người Việt Nam có những phong tục truyền thống nào?
- Tết nhà Cha nghĩa là gì? Tết nhà mẹ nghĩa là gì?
- Vì sao người Việt lại có ngày Tết nhà thầy?
- Ở Hàn Quốc có những phong tục này không? Bạn hãy cho biết sự giống và khác nhau của những phong tục trên giữa hai nước?

2. Hãy thử giải thích các từ sau:

tỷ giá →

ngoại tệ →

đổi tiền →

tóc bạc →

mừng thọ →

lạy →

vái →

thầy giáo →

tiền mừng tuổi →

"không thầy đố mầy làm nên" →

B 1. Hãy điền "… làm sao mà …" và các yếu tố thường xuất hiện trước và sau nó vào các câu dưới đây:

- Nếu bạn không đến thành phố Hồ Chí Minh thì ______ được giọng ở đó.
- ______ chỉ nói mà không làm thì ______ tích lũy được nhiều kinh nghiệm.
- Nếu các chị không đi du lịch nhiều ______ hiểu được văn hóa Việt Nam.
- Nếu các anh không về nông thôn ______ cuộc sống của người nông dân.
- Nếu họ không cho phép ______ thực hiện được.
- Nếu không có visa ______ đến Hàn Quốc được.
- Nếu chị không nói thì tôi ______ biết được.

2. Hoàn thành các câu sau:

- Trời mưa to như thế này thì ______ về nhà ______
- Cô ta khó tính như thế thì làm sao mà ______
- Vấn đề phức tạp như thế thì ______ giải quyết ______
- Ồn ào như thế thì làm sao mà ______
- Chị uống nhiều cà phê như thế thì ______
- Anh trả rẻ như vậy thì ______
- Tắc đường như vậy thì ______

3. Hãy đọc các ngữ cảnh sau, rồi đặt câu với kết cấu "… làm gì mà … thế":

- Bạn vào một cửa hàng để tìm mua một món hàng. Sau khi đã tìm được món hàng vừa ý, bạn hỏi người bán hàng về giá của nó. Người bán đã nói một cái giá mà bạn không bao giờ nghĩ đắt đến như vậy. Bạn sẽ nói:

→

- Bạn gọi điện thoại cho bạn của bạn. Điện thoại kêu nhiều lần mà không có ai cầm máy. Một lúc sau, bạn của bạn mới nhấc máy trả lời. Vì bạn phải chờ đợi khá lâu nên bạn hơi bực mình. Bạn sẽ nói với bạn của bạn:

→

- Mấy hôm nay, bạn không hiểu tại sao bạn thân của bạn có chuyện gì mà mặt mũi lúc nào cũng buồn rầu. Bạn sẽ hỏi bạn thân của bạn:

→

- Anh trai của bạn là một người nóng tính. Gặp chuyện gì hay làm việc gì anh ấy rất dễ cáu gắt. Bạn sẽ bảo:

→

- Sáng nay khi xuống ga tàu điện ngầm, bạn rất ngạc nhiên không hiểu sao hôm nay người đi tàu điện ngầm quá đông. Bạn sẽ nói:

→

- Mấy hôm nay, thời tiết mưa liên tục không tạnh. Bạn đã có nhiều cuộc hẹn phải hoãn lại. Bạn sẽ nói:

→

- Khi nghe thấy các anh, các chị ấy đã học đại học 7, 8 năm mà vẫn chưa tốt nghiệp. Bạn sẽ nói:

→

4. Sử dụng các từ gợi ý trong ngoặc, hoàn thiện các câu sau:

- Chị nói tiếng gì mà ______ thế *(nhanh)*
- Anh làm gì ở trong thư viện mà ______ thế *(lâu)*
- Bạn làm gì mà học tiếng Việt ở Việt Nam ______ thế *(kỹ)*
- Không biết đêm qua họ làm gì mà sáng nay ______ thế *(dậy muộn)*
- Yêu nhau đã được hơn 10 năm không hiểu làm gì mà họ vẫn chưa ______ đám cưới *(tổ chức)*
- Ở Việt Nam, sinh viên phải học liên tục trong thời gian từ 4 đến 5 năm, không hiểu một số sinh viên Hàn Quốc làm gì mà ______ thời gian học đến 9, 10 năm thế *(kéo dài)*

5. Chọn khả năng đúng rồi điền vào chỗ trống các câu sau:

- Theo phong tục, người Việt Nam đi chúc Tết cha vào ngày mồng Một, đi Tết mẹ vào ngày mồng Hai còn ______ đi Tết thầy.

  ① ngày 30 ② mồng Bốn ③ mồng Ba ④ mồng Năm ⑤ mồng Một

- Thầy học là người có công lớn trong việc ______ đạo đức, mở mang trí tuệ cho mỗi người.

  ① phát triển ② kinh doanh ③ mua bán ④ làm ăn ⑤giáo dục

- Các bạn mới học tiếng Việt hai tuần ______ nói được.

  ① làm sao mà ② đầu tiên ③ sau đó ④ cuối cùng ⑤ tại sao

- Không biết anh ta ______ trong đó mà lâu thế!

① làm sao mà ② làm gì ③ sau đó ④ đầu tiên ⑤còn gì

- Khi đến Việt Nam, ______ chị ấy gọi điện cho anh ấy, sau đó họ hẹn gặp nhau tại một quán giải khát.

① cuối cùng ② sau đó ③ làm gì ④ đầu tiên ⑤kế đến

- Nếu chị không xin lỗi anh ấy thì ______ anh ấy tha thứ cho chị được.

① làm sao mà ② đầu tiên ③ sao làm mà ④ làm mà sao ⑤ làm sao để

- Không biết các sinh viên đang làm gì ngoài sân vận động ______ ồn ào thế!

① nhưng ② mà ③ do ④ rồi ⑤tuy

Bài đọc thêm (읽기)

Đừng lãng phí thời gian

Người xưa có câu: "Thời giờ là vàng bạc". Việc so sánh thời giờ như vàng bạc cho thấy thời gian rất quý giá. Nếu chúng ta biết cách sử dụng thời gian tốt, chúng ta có thể tạo ra tài sản tinh thần, vật chất cho bản thân, gia đình và xã hội với giá trị ngang bằng hoặc hơn cả vàng bạc.

Ai cũng có quỹ thời gian giống nhau: một ngày 24 tiếng, nếu trừ đi 7, 8 tiếng ngủ, nghỉ để phục hồi sức khỏe, chúng ta vẫn còn 2/3 thời gian để ăn, học, làm việc, vui chơi giải trí. Vậy tại sao có người thành công, biến ước mơ thành hiện thực nhưng cũng có người thất bại, mãi mà không thực hiện được những điều mình mong muốn?

Ngoài những yếu tố khách quan, chủ quan như điều kiện, hoàn cảnh gia đình, năng lực, ý chí bản thân còn có một yếu tố quan trọng đưa đến thành công: đó là biết cách quản lý, sử dụng thời gian tốt.

Nếu biết cách sắp xếp thời gian khoa học, hợp lý, chúng ta có thể hoàn tất công việc một cách hiệu quả mà vẫn tránh được căng thẳng hay mệt mỏi do quá sức.

Bạn hãy thử tập quản lý thời gian của mình bằng cách lập bảng kế hoạch, ghi ra danh sách những việc cần phải làm trong một ngày, một tuần hay một tháng. Mỗi sáng ngủ dậy, tự nhắc nhở hôm nay mình phải làm gì. Mỗi tối, trước khi đi ngủ, hãy kiểm tra xem mình đã làm tốt ngày hôm nay chưa, đã chuẩn bị sẵn sàng cho ngày mai chưa. Cũng đừng quên, mỗi cuối tuần, hãy tổng kết những điều đã làm được hoặc chưa làm được và cập nhật những điều cần làm, phân chia lại thời gian cho hợp lý hơn

Kiên trì làm như thế, tôi tin, kế hoạch nào của bạn cũng sẽ thành công.

Bây giờ, hãy thử lên lịch sinh hoạt một ngày của bạn bằng cách điền vào ô trống khoảng thời gian bạn thường dành cho từng hoạt động trong 24 giờ:

Lịch trình một ngày của tôi

Thời lượng	Hoạt động
2 tiếng	Học trên lớp
...	Tự học
...	Ngủ, nghỉ
...	Thời gian cho gia đình
...	Làm việc nhà (lau dọn nhà cửa, giặt giũ, ủi quần áo, ...)
...	Chuẩn bị bữa ăn (đi chợ, nấu ăn) / Ăn uống / Dọn dẹp
...	Đi lại (đi học, đi làm)
...	Rèn luyện sức khỏe (tập thể dục / chơi thể thao, ...)
...	Vệ sinh cá nhân (đánh răng, rửa mặt, tắm, ...); Trang điểm
...	Thư giãn (xem tivi, chơi game, vào mạng, ...)
...	Giao thiệp (gặp bạn bè), đi chơi, giải trí (đi xem phim, xem ca nhạc, ...)
...	Thời gian chết
...	Việc khác

Kết quả thế nào? Thử trao đổi với người ngồi bên cạnh xem bạn có hài lòng với kết quả này không? Có muốn bổ sung, sửa đổi gì không? Lý do?

Tục ngữ cũng có câu: "Thời giờ ngựa chạy, tên bay". Đừng lãng phí thời gian bạn nhé.

Bản ghi nhớ

Bài 12

HÀNG HÓA VÀ MUA SẮM

Vietnamese Conversation 3

Hội thoại (회화)

(Tại một cửa hàng bán tranh)

Lee: Cho tôi hỏi, bức tranh này giá bao nhiêu ạ?

Người bán: Dạ, 200 đô la.

Lee: Đô la nào? Đô la Mỹ, Úc hay Singapore?

Người bán: À, đô la Mỹ!

Lee: Làm gì mà đắt thế! Ông có bớt không?

Người bán: Ông cứ xem đi! Làm gì mà đắt! Tôi sẽ bớt, nhưng chỉ một chút thôi …

Lee: Một chút là bao nhiêu, thưa ông?

Người bán: Nếu anh mua thì tôi bớt cho 15 đô.

Lee: 50 đô được không, ông?

Người bán: Dạ, bớt nhiều thế thì không được ạ!

Bài đọc (독해)

Khách hàng thích gì?

Sở dĩ một nhân viên quản lý thương mại, một nhân viên bán hàng hay một nhân viên tiếp thị thành đạt trong công việc của mình là nhờ họ nắm bắt được tâm lí của từng khách hàng để từ đó có đối sách phù hợp, khiến cho hoạt động kinh doanh, buôn bán luôn thu được hiệu quả cao. Dưới đây, chúng tôi xin giới thiệu một vài trạng thái tâm lí khi đi mua sắm của khách hàng, giúp các bạn tham khảo:

a. Tâm lí muốn cái mới:

Đây là loại tâm lí của những người đặc biệt thích thú muốn được nhanh chóng dùng thử, hưởng thụ những loại sản phẩm mới về kết cấu, kiểu dáng và tính năng. Nói chung, những khách hàng trẻ luôn có tâm lí này. Muốn thu hút được họ, bạn phải thường xuyên thay đổi mẫu mã hàng hóa, sử dụng những phương thức phục vụ khác nhau.

b. Tâm lí chọn cái đẹp:

Đây là biểu hiện tâm lí của những người rất quan tâm tới vẻ hào nhoáng sang trọng của cửa hàng, sản phẩm. Những nhân tố hấp dẫn khách hàng như: vẻ ngoài của cửa hàng; cách bài trí hàng hóa; trang phục của nhân viên bán hàng; màu sắc, kiểu dáng, bao bì ··· của hàng hóa góp phần thỏa mãn nhu cầu hưởng thụ cái đẹp của khách hàng.

Khách hàng có tâm lí này thường là những bạn trẻ, những người có trình độ học vấn cao.

c. Tâm lý lựa chọn:

Tất cả những ai khi đi mua sắm đều có tâm lý này. Ai cũng muốn lựa chọn cho mình một món hàng vừa ý. Loại cửa hàng tự chọn thường thỏa mãn nhu cầu này của khách hàng một cách tối đa. Chính vì thế người bán hàng phải luôn có thái độ phục vụ kiên nhẫn, vui vẻ, không cau có và đáp ứng mọi nhu cầu lựa chọn của khách, đặc biệt là phải vui vẻ trả lời những câu hỏi của khách, cố gắng làm khách hài lòng. Những người già, đặc biệt là phụ nữ, thường có tâm lý lựa chọn kỹ càng.

(Phỏng theo Trịnh Đức Hiển)

Từ vựng (어휘)

hàng hóa(行貨)	상품	hàng chợ	시장 상품
hàng hiệu	상품 브랜드	cửa hiệu, hiệu	가게
áo dài	아오 자이	váy	치마
com lê	양복	áo khoác	코트
giày dép	슬리퍼	áo phông	티셔츠
ca vát	넥타이	mặc	입다
đội	(모자를) 쓰다	đeo	(안경을) 끼다
thắt	매다, 묶다	đi	신다
cởi	벗다	tháo, bỏ	풀다, 빼다
quần áo bò	진으로 된 옷	tất, nhẫn	양말, 반지
dây chuyền	목걸이, 생산라인	dây lưng	허리띠, 벨트
quần áo lót	속옷	phổ biến(普遍)	보편
nhiệt tình(熱情)	열정적인	hưởng ứng(響應)	응하다
biết ơn(恩)	은혜에 감사하다	tâm sự(心事)	심사, 마음
sưu tập(收集)	수집하다	thời thơ ấu	유년시절
sum họp	모이다	ấm cúng	편안한

Chú giải ngữ pháp (문법해설)

1

… à?

… chứ?

"… **à**?" là từ đứng cuối câu để tạo lập câu hỏi được dùng nhiều trong khẩu ngữ. Về cơ bản, ý nghĩa của "… à?" tương đương với "… (có) phải không?". Tuy nhiên, kết cấu "… **à**?" biểu thị mối quan hệ giữa người nói và người nghe thân mật, gần gũi hơn.

"… **à**?"는 구어체에서 문미에 와서 의문문을 만든다. 의미는 "그렇습니까?"로 "… (có) phải không?"과 같다. 그러나 "… **à**?"는 화자와 청자간의 친밀관계를 나타낸다.

Ví dụ

- 9 giờ rồi mà các em chưa đi học **à**?
- Em không đi thành phố Pu San với đoàn đại biểu Việt Nam **à**?
- Các chị sang Hàn Quốc để thực tập tiếng Hàn **à**?

"… **chứ**" cũng là từ đứng ở cuối câu trong khẩu ngữ, được người nói dùng để nhấn mạnh hoặc khẳng định tính chắc chắn của nội dung ý kiến, thông báo được đưa ra. Tính "chắc chắn" của nội dung thông báo được thể hiện ngay cả trong câu hỏi lẫn khi phủ định lại ý kiến của người khác.

"… **chứ**?" 역시 구어체에서 문미에 와서 의문문을 만든다. 이는 화자가 제시할 의견이나 생각을 강조 혹은 확실히 강조하기 위하여 쓴다. 의견의 확실성은 의문문이나 타인의 의견을 다시 부정할 때 구현된다.

Ví dụ

- Anh có muốn đi du lịch cùng chúng tôi không? → Có **chứ**!
- Gia đình anh chị vẫn thuê nhà ở chỗ cũ **chứ**? → âng, vẫn thuê ở đấy.
- Hình như, hôm nay là ngày Rằm? → Không, ngày mai **chứ**!
- Dạo này, anh chị vẫn bình thường **chứ**? → Vâng, bình thường **chứ**!

2 Ngoài ··· ra, ··· còn ··· (nữa)

"**Ngoài ··· ra, ··· còn ··· (nữa)**" là kết cấu dùng để nhấn (hay tập trung sự chú ý) vào một sự vật, hành động, hay một nội dung trong số (hay giữa) nhiều sự vật, hiện tượng, nội dung được nói đến.

이는 언급한 사물, 현상, 내용 중 하나를 강조 혹은 주의를 불러일으키려고 할 때 쓰는 표현이다. 뜻은 "…외에 …하기도 하다"

Ví dụ

- **Ngoài** tiếng Việt **ra**, họ **còn** quan tâm đến Văn hóa Việt Nam **nữa**.
- Hiện nay, **ngoài** học tiếng Anh **ra**, chị ấy **còn** học thêm tiếng Hàn **nữa**.
- **Ngoài** ba con sông lớn là sông Hồng, sông Hương, sông Cửu Long, Việt Nam **còn** có nhiều sông khác **nữa**.

Luyện tập (어음 연습)

A 1. Trả lời các câu hỏi theo nội dung bài hội thoại và bài đọc:

- Anh Lee đã vào đâu? Và anh ấy muốn mua gì?
- Nếu anh Lee mua bức tranh đó thì chủ cửa hàng sẽ giảm giá cho anh Lee bao nhiêu?
- Khi đi mua hàng, bạn có hay mặc cả không? Theo bạn mặc cả tốt hay không tốt? Vì sao?
- Theo bạn, muốn hoạt động kinh doanh đạt được hiệu quả cao, trước hết cần phải có những điều kiện gì?
- Nắm bắt được tâm lí của khách hàng có phải là điều kiện quan trọng không? Vì sao?
- Bạn có tâm lí thích cái mới và cái đẹp không? Vì sao?
- Khi đi mua hàng, bạn có thích lựa chọn không? Vì sao?
- Bạn sẽ chọn mua những mặt hàng đẹp nhưng không tốt lắm hay là mặt hàng tốt mà hình thức không được đẹp lắm?
- Theo bạn, một người bán hàng cần phải có những điều kiện gì?
- Nếu bạn là một người bán hàng, khi gặp phải một khách hàng chỉ xem, chọn lựa nhiều mà không mua, bạn sẽ có cảm giác khó chịu không? Vì sao?

2. Bạn sẽ đồng ý hay phản đối:

- Muốn kinh doanh đạt hiệu quả cao, chỉ cần có hàng hóa chất lượng tốt và mẫu mã đẹp, không cần quan tâm đến tâm lí của khách hàng?
- Đối với khách hàng trẻ không cần quan tâm đến chất lượng hàng hóa, chỉ cần chú ý đến hình thức bên ngoài của hàng hóa mà thôi?
- Hình thức, vị trí của cửa hàng không quan trọng lắm?

- Những người già và đặc biệt là phụ nữ thường có tâm lí lựa chọn hàng hóa kĩ càng?
- Hình thức, cách ăn mặc và thái độ của người bán hàng cũng không cần phải chú trọng lắm?
- Tất cả những người đi mua sắm thường có tâm lí là mua cho nhanh, không cần quan tâm đến chất lượng của hàng hóa?

3. Thử giải thích các từ sau đây:

bớt →

hàng hiệu →

phổ biến →

thanh niên →

gợi ý →

tâm sự →

thời thơ ấu →

sưu tập →

4. Bạn hiểu thế nào về các nhóm từ dưới đây:

- nhân viên tiếp thị →
- thay đổi mẫu mã →
- vẻ hào nhoáng của sản phẩm →
- cửa hàng tự chọn →
- thái độ không cau có →

B 1. Sử dụng "*chứ*" để trả lời những câu hỏi sau:

- Quyển sách này, anh mượn của thư viện đúng không?
  - Không,
- Các nữ sinh viên Hàn Quốc có biết nấu ăn không?
  -
- Có phải ngày mai chúng ta được nghỉ học, phải không anh?
  - Em nghe nhầm rồi,
- Sáng mai, các chị ấy có đi ăn sáng với chúng ta không?
  -
- Nghe nói, anh chị không thích món ăn Hàn Quốc đúng không?
  - Đâu mà. Chúng tôi
- Theo anh, trời lạnh như thế này thì có tuyết không?
  -

2. Hãy đọc các câu sau và cho biết những câu nào có thể thay bằng "*chứ?*":

- Anh chị là người Hàn Quốc phải không?
- Chị vẫn đang làm việc cho công ty nước ngoài phải không?
- Gia đình ông bà vẫn thuê nhà ở đó phải không?
- Các em vẫn tiếp tục học tiếng Việt phải không?
- Chị vẫn vừa đi học vừa đi làm thêm buổi tối phải không?
- Lâu không gặp, dạo này bố mẹ và gia đình em vẫn khỏe phải không?
- Ở một mình, vậy thì anh phải tự đi chợ, nấu ăn phải không?

3. Thay thế "… *(có) phải không?*" bằng "… *à?*" rồi trả lời :

- Anh chị đã quen nhau lâu rồi phải không?
  - Vâng,
- Họ là những sinh viên mới đến có phải không?
  - Không,
- Ông, bà đến Việt Nam lần này là lần đầu có phải không?
  - Không,
- Trước đây, các em đã từng học tiếng Việt ở đâu rồi phải không?
  - Vâng,
- Thường thường vào dịp nghỉ Đông, các bạn sang Việt Nam để thực tập tiếng Việt phải không?
  - Dạ vâng,
- Anh ấy vẫn chưa gửi e-mail cho chị phải không?
  - Không,
- Nghe nói, các buổi tối em vẫn học ở thư viện phải không?
  - Dạ vâng,
- Có phải, anh ấy là bạn trai của em không?
  - Không ạ,

4. Dùng kết cấu "*Ngoài … ra, … còn … (nữa)*" để nối những nội dung dưới đây thành câu:

- giảng dạy ở trường đại học / nghiên cứu khoa học
- học tiếng Việt / đi làm thêm vào buổi tối
- đau dạ dày / hay bị nhức đầu
- chăm sóc con cái / chăm sóc cả bố mẹ chồng
- học ở Hà Nội / học ở thành phố Hồ Chí Minh
- đi tham quan ở Huế / tham quan cả Hội An
- học tiếng Việt / học thêm tiếng Anh vào buổi tối

5. Hoàn thiện các câu sau với kết cấu "*Ngoài … ra, … còn … (nữa)*":

- Đến với Câu lạc bộ Trà Việt Nam, ______ thưởng thức các loại trà Việt ______, các bạn ______ được nghe các nghệ sĩ hát Chèo và Quan họ ______
- Để ổn định cuộc sống ở Hà Nội, ______ ổn định chỗ ăn, ở ______, họ ______ phải tìm cho mình một chỗ học thích hợp ______
- ______ anh ấy ______, tôi ______ quen một số bạn người Hàn Quốc ______
- Họ sang Việt Nam, ______ mục đích du lịch ______, ______ muốn thưởng thức nhiều món ăn đặc sản của Việt Nam ______
- ______ công việc ở cơ quan ______, anh ấy ______ phải đi làm thêm ở bên ngoài ______

- ______ tiếng Việt ______, chúng tôi ______ muốn tìm hiểu nhiều về văn hóa, phong tục của Việt Nam ______

- Hàng năm, ______ học tiếng Việt ở đây ______, chúng em ______ sang Việt Nam để thực tập tiếng Việt ______

6. Chọn khả năng đúng rồi điền vào chỗ trống các câu sau:

- Lâu quá không biết tin tức của nhau, gia đình chị vẫn khỏe ______?

① không ② chứ ③ rồi chứ ④ không à ⑤ nhé

- Các anh chị là sinh viên Hàn Quốc mới sang Việt Nam ______?

① à ② không phải ③ không à ④ à không ⑤ chưa

- Trong một học kỳ, ______ tiếng Việt ra, chúng em còn phải học nhiều môn nữa.

① trong ② bên ③ ngoài ④ bên cạnh ⑤ thêm

- Phụ nữ Việt Nam, ngoài công việc ở cơ quan ______, họ còn phải chăm sóc con cái và làm cả công việc nội trợ nữa.

① vào ② lên ③ ra ④ xuống ⑤ này

- Đã 9 giờ hơn rồi mà chị ấy vẫn chưa dậy, sáng nay chị ấy không đi học ______?

① không ② chứ ③ đấy ④ à ⑤ nhé

- Nếu phải sống một mình ở một nơi xa lạ, anh không sợ ______?

① không ② chứ ③ có không ④ có chứ ⑤ đâu

- Làm việc suốt đêm như vậy, các bạn không mệt ______?

① vậy ② không ③ có không ④ có chứ ⑤ à

- Sinh viên Hàn Quốc ngoài nhiệm vụ học tập ra, họ ______ phải tham gia nghĩa vụ quân sự nữa.

① còn ② chứ ③ à ④ không ⑤ thích

Bài đọc thêm (읽기)

Ngày của Mẹ

Ngày của Mẹ được tổ chức vào Chủ nhật thứ hai trong tháng Năm hàng năm. Đây là một ngày lễ rất phổ biến ở các nước như: Mỹ, Đan Mạch, Phần Lan, Ý, Úc, Bỉ, ⋯v.v. Ở Việt Nam, trong mấy năm trở lại đây, ngày của Mẹ đã và đang đi vào đời sống và được các bạn trẻ nhiệt tình hưởng ứng.

Ngày của Mẹ là cơ hội để con cái thể hiện tình cảm và lòng tôn kính của mình đối với Mẹ. Đây cũng là dịp để con cái tỏ lòng biết ơn về những điều tốt đẹp mà Mẹ đã dành cho các con trong suốt nhiều năm qua. Vậy, vào ngày này, con cái có thể làm những điều gì? Dưới đây là một số việc người ta đã gợi ý cho bạn:

Bạn có thể chuẩn bị bữa sáng cho cả nhà giúp Mẹ. Cũng có thể ngay từ sáng sớm, bạn hãy tặng Mẹ một tấm thiệp với những lời chúc mừng tốt đẹp nhất. Nếu bạn là con gái, bạn có thể chia sẻ, tâm sự với Mẹ như cùng Mẹ đi chơi đâu đó, đi xem phim, nghe ca nhạc, dạo công viên hay đi mua sắm, ⋯v.v. Bạn hãy tặng Mẹ một món quà có ý nghĩa, không cần phải đắt tiền. Có thể là một quyển sách hay, mỹ phẩm, nữ trang, quần áo, túi xách hay nước hoa, hoặc có thể làm một quyển Allbum nhỏ sưu tập những bức ảnh về cuộc đời Mẹ như ảnh về thời thơ ấu, ảnh đám cưới Mẹ, những cuộc sum họp gia đình, những kỳ nghỉ Hè, nghỉ Đông, hay lúc Mẹ đang là một người Mẹ trẻ ···

Bữa ăn tối, bạn có thể mời Mẹ và cả gia đình đến một tiệm ăn nào đó nếu mọi người thích. Hoặc nếu không, bạn hãy tổ chức một bữa tối ấm cúng tại nhà và mời mọi người trong gia đình. Lúc đó, mọi người sẽ tặng Mẹ những món quà ý nghĩa nhất ···

Bài 13

GIAO THÔNG VÀ ĐI LẠI

Vietnamese Conversation 3

Hội thoại (회화)

Lee: Anh đã ở Việt Nam lâu, theo anh phương tiện đi lại tiện nhất ở các thành phố lớn của Việt Nam là gì?

Park: Mình thấy, đó là xe máy.

Lee: Em cũng nghe nhiều người nói như vậy. Nhưng em vẫn chưa hình dung được xe máy tiện ở chỗ nào, anh có thể giải thích cho em hiểu được không?

Park: Đường phố ở các thành phố của Việt Nam thường hẹp. Trên đường lại có nhiều loại phương tiện giao thông, như xe ô tô, xe đạp, người đi bộ, ··· cùng tham gia nên xe máy có thể đi tới bất kì chỗ nào, tốc độ của nó lại nhanh hơn xe đạp nên vừa nhanh vừa tiện.

Lee: Nhưng em cũng nghe nói đi xe máy ở các thành phố lớn của Việt Nam rất nguy hiểm, phải không anh?

Park: Theo mình, nhận xét như vậy vừa đúng vừa sai. Đúng ở chỗ, đôi khi có một số người đi xe máy hơi ẩu, nhất là thanh niên, họ bất chấp luật lệ giao thông. Còn sai là ở chỗ, lúc đầu mình cũng không dám đi lại bằng xe máy vì sợ. Nhưng sau đó mình mua xe máy, rồi cùng tham gia giao thông với họ, mình không thấy sợ nữa. Vấn đề là phải luôn làm chủ tốc độ, chấp hành luật lệ giao thông thì chẳng có gì phải lo lắng cả ···

Lee: Người ta nói là bây giờ ở Hà Nội và thành phố Hồ Chí Minh cấm đăng ký xe máy, có đúng không anh?

Park: Một, hai năm trước thôi, còn bây giờ thì không. Bởi vì họ cho rằng xe máy là một trong những nguyên nhân gây ách tắc giao thông nên tạm thời ngừng đăng ký. Còn bây giờ họ lại bỏ qui định đó rồi ···

Lee: Nghĩa là nếu em sang Hà Nội, em có thể mua và đăng ký được xe máy?

Park: Tất nhiên!

Bài đọc (독해)

Thảo nào ···

Buổi chiều hôm đó, khi lên tàu, ông khách nọ đã cẩn thận dặn người phục vụ trên tàu:

- "Khi nào tàu đến thành phố Li ông (Lion-Pháp), nhờ ông đánh thức tôi dậy với nhé!" Rồi để người phục vụ hiểu thêm và yên tâm, ông khách còn lưu ý thêm:
- "Tôi ngủ rất say, có khi phải gọi khá lâu mới thức dậy được. Nhiều lúc do ngái ngủ, tôi còn cáu gắt và thường rất hay to tiếng quát tháo người đánh thức mình. Nhưng tất cả những chuyện ấy xin ông đừng bận tâm, xin hãy cứ dựng tôi dậy và nếu cần cứ đẩy tôi xuống ga giúp nhé!".

Dặn dò kỹ lưỡng xong, ông khách yên tâm đi ngủ. Khi ông thức dậy thì đã là 3 giờ sáng, và tàu đã tới thủ đô Pa ri (Paris). Ông dụi mắt và nhận ra ngay rằng người phục vụ đã quên điều ông ta nhờ vả lúc tối. Rất bực mình, ông chạy đi tìm nhân viên đó và than phiền:

- Tôi vô cùng thất vọng! Chưa bao giờ tôi tức giận như thế này! Tôi đã nhờ ông thế nào, chẳng lẽ ông lại quên hết sao?

Người phục vụ nhìn ông từ đầu đến chân, mắt tròn xoe ngạc nhiên:

- Trời đất ơi! vậy là không phải ông sao? Tôi nhầm to rồi! Thảo nào, cái ông ấy cứ nắm chặt lấy thành ghế và kêu gào thảm thiết là tôi không xuống Li ông …

Từ vựng (어휘)

nhà ga	역	bến xe	정류장
xe buýt	버스	xe lửa, tàu hỏa(火)	기차
tàu điện ngầm	지하철	tàu cao tốc(高速)	고속열차
sân bay	공항	khởi hành(起行)	출발하다
phòng đợi (chờ)	대합실, 대기실	xếp hàng	줄을 서다
tàu thủy(水)	배, 선박	thuyền(船)	배
qua đường	길을 건너다	đỗ	주차하다
hàng không(航空)	항공	xích lô	씩로
phương tiện(方便)	방편, 수단	hình dung(形容)	외관
nhận xét	고려하다	ẩu	부주의한
bất chấp(不執)	…에도 불구하고	luật lệ(律例)	율례
chấp hành(執行)	준수하다, 따르다	cấm(禁)	금지하다
đăng ký(登記)	등록하다	ách tắc	(길이) 막히다
tạm thời(暫時)	잠시	tốc độ(速度)	속도
dặn (dò)	충고하다, 타이르다	đánh thức(識)	깨우다
lưu ý(留意)	유의하다	ngái ngủ	졸립다
cáu gắt	몹시 화내다	quát tháo	꾸짖다
bận tâm(心)	신경 쓰다	dựng (ai dậy)	(누구를 일어나도록) 세우다
đẩy (ai xuống)	밀다, 촉진하다	dụi mắt	눈을 비비다
nhờ vả	의지하다, 부탁하다	than phiền	불평하다
tròn xoe	동그란	thảm thiết(慘切)	비통한

Chú giải ngữ pháp (문법해설)

1

… nhỉ?

… nhé!

"… **nhỉ**?" là từ đứng cuối câu trong khẩu ngữ để tạo câu hỏi khi người nói muốn người nghe đồng ý với những ý kiến, nhận xét của mình, đồng thời tạo sắc thái tình cảm thân mật cho câu nói.

이는 구어체에서 화자가 보다 친밀감을 나타내면서 본인의 생각이나 의견에 청자가 동감해 주기를 바라는 의미를 담고 있으며 문미에 쓴다.

Ví dụ

- Hôm nay, thời tiết nóng quá **nhỉ**!
- Tàu điện tối nay đông quá **nhỉ**!

Đôi khi, "… **nhỉ**?" còn được dùng để biểu thị ý tự hỏi, không nhằm vào bất kỳ đối tượng nào cả.

"… **nhỉ**?"는 어느 특정인을 겨냥하지 않고 그냥 막연하게 혼자서 질문하는 경우에도 쓰인다. 문미에 쓴다.

Ví dụ

- Sao mấy hôm nay, anh ấy không gọi điện cho mình **nhỉ**?
- Không biết tối nay ta đi ăn cơm ở đâu **nhỉ**?

Còn "… **nhé**!" cũng là từ đứng cuối câu trong khẩu ngữ, chủ yếu được dùng để tạo ra sắc thái thân mật giữa người nói và người nghe.

"… **nhé**!" 역시 구어체에서 문미에 와서 의문문을 만든다. 주로 화자와 청자간의 친밀감을 나타내고자 할 때 쓴다.

Ví dụ

- Chào các bạn! Mình đi **nhé**!
- Về nước, các bạn đừng quên gửi thư cho mình **nhé**!
- Trưa nay chúng ta cùng đi ăn với nhau **nhé**!

2

··· kẻo ···
··· nếu không (thì) ···

Đây là những kết cấu biến thường mang nội dung ý nghĩa điều kiện — kết quả như "nếu ··· thì ··· " được dùng để biểu thị ý nghĩa cầu khiến (trong kiểu câu cầu khiến) và câu kể.

이는 "nếu ··· thì ···"처럼 충고나 권면 형태의 조건과 결과를 나타내는 표현에서 쓴다. 뜻은 전자는 "···하지 않도록 ···하시오"이며, 후자는 "만약 ··· 하지 않는다면 ···할 것이다"이다.

Ví dụ

So sánh: - **Nếu** chúng ta không đi nhanh **thì** sẽ muộn.

→ Chúng ta sẽ muộn **nếu không** đi nhanh.

→ Đi nhanh lên **nếu không** sẽ muộn.

→ Đi nhanh lên **kẻo** muộn!

- Các bạn ấy khuyên chúng tôi đi lại ở Hà Nội phải rất cẩn thận **nếu không** rất dễ xảy ra tai nạn.
- Trời sắp mưa. Chúng ta phải nhanh chân lên **kẻo** bị ướt!

Luyện tập (어음 연습)

A 1. Trả lời các câu hỏi theo nội dung bài hội thoại và bài đọc:

- Anh Lee muốn hỏi anh Park về điều gì?
- Anh Park đã giải thích thế nào về phương tiện đi lại bằng xe máy ở các thành phố lớn của Việt Nam?
- Theo anh Park, muốn đi lại bằng xe máy ở các thành phố lớn của Việt Nam cần những điều kiện gì?
- Theo em hiểu, hiện nay ở các thành phố lớn của Việt Nam đã được phép đăng ký xe máy lại chưa? Vì sao?
- Ông khách đi tàu đã gặp người phục vụ để đề nghị điều gì?
- Ông khách đi tàu muốn đến đâu? Và ông ta có đặc điểm gì khi ngủ?
- Vì sao ông khách phải lưu ý thêm người phục vụ?
- Vì sao khi tàu đến Paris, ông khách có thái độ bực mình và tức giận đối với người phục vụ?
- Theo bạn, người phục vụ có thực hiện những điều mà ông khách đi tàu đã nhờ vả ông ấy không?
- Bạn hãy đặt một số câu với từ "thảo nào"?

2. Thử giải thích các từ sau:

đánh thức →

lưu ý →

cáu gắt →

đẩy →

nhờ vả →

sân bay →

tàu cao tốc →

phòng chờ (đợi) →

B 1. Hãy điền từ "… nhỉ!" vào các câu sau đây và cho biết ý nghĩa khác nhau của chúng:

- Cô ấy xinh quá ______!
- Nói như vậy đúng chưa ______?
- Mùa Đông ở Hàn Quốc rét quá ______!
- Không biết ga tàu điện này là ga nào ______?
- Mùa Đông ở Hàn Quốc rét quá ______!
- Muốn mua quần áo giá rẻ, mua ở đâu ______?
- Phong cảnh ở đây đẹp quá ______!
- Làm bài như vậy, không biết đã được chưa ______?
- Muốn đến trung tâm thành phố thì đi xe buýt số mấy ______?
- Người Hàn Quốc cũng thích ăn cay ______!
- Đã 9 giờ rồi, không biết chị ấy có đến không ______?
- Món ăn này ngon thật ______!
- Không biết ô tô Hàn Quốc có tốt không ______?
- Căn phòng này rộng và sạch ______!
- Hè này có nên đi thực tập ở Việt Nam không ______?
- Chưa đến giờ, sao họ đến sớm thế ______?

2. Hãy điền từ "… nhé!" vào các câu sau đây:

- Tôi tắt ti vi. →

- Tối nay, chúng ta đi ăn với nhau. →

- Bây giờ, chúng ta bắt đầu học. →

- Ngày mai, chúng ta lại gặp nhau nữa. →

- Nếu kế hoạch thay đổi, anh phải gọi điện cho tôi đấy.

→

- Nếu bận, chị phải báo trước cho tôi đấy. →

- Đừng quên ở Hàn Quốc trước khi đến nhà ai phải gọi điện đấy.

→

- Khi sang Việt Nam, anh chị nhớ đến nhà tôi.

→

3. Hoàn thiện hội thoại sau bằng "nhỉ" và "nhé":

A. Bây giờ chúng mình uống gì ______?

B. Tùy cậu! Mình thì uống gì cũng được.

A. Mình gọi bia Hà Nội ______!

B. À, món bánh tôm ở đây thế nào cậu ______?

A. Nghe nói, cũng ngon lắm. Chúng mình gọi 2 đĩa ______!

B. Từ từ. Gọi một đĩa trước. Ăn hết sẽ gọi sau.

A. Thế cũng được!

4. Sử dụng những kết cấu trên để nối các nội dung sau thành câu:

- làm việc quá nhiều	- mệt
- phóng xe máy nhanh quá	- gặp nguy hiểm
- nói chuyện này với chị ấy	- lo lắng
- chơi trò chơi điện tử nhiều quá	- hỏng mắt
- đội mũ	- cảm nắng
- nói chậm thôi	- không hiểu

5. Hoàn thiện các câu dưới đây với "… kẻo…" hoặc "… nếu không …":

- Chúng tôi phải chăm chỉ học tập, ______ rất dễ bị điểm kém.
- Anh, chị ăn cơm đi ______ nguội.
- Ngoài trời đang mưa đấy, anh nhớ mang theo ô ______ ướt.
- Các chuyên gia về đô thị cho rằng, ở Hà Nội sẽ bị ách tắc giao thông trầm trọng ______ cải tạo và mở rộng đường sá.
- Buổi tối không nên uống nước chè đặc ______ mất ngủ.
- Sắp đến giờ tàu chạy, chúng ta phải nhanh chân lên ______ nhỡ tàu.
- Chị phải đến gặp ông ấy ngay đi ______ sáng sớm mai ông ấy không còn ở đây nữa đâu!

6. Chọn khả năng đúng rồi điền vào chỗ trống các câu sau:

- Sắp hết tháng Tư rồi mà thời tiết ở Seoul vẫn lạnh ______

① nhé ② nhỉ ③ chứ ④ à ⑤ không

- Ngày mai, chúng tôi về nước sớm nên bây giờ chúng ta chia tay ở đây ______

① à ② nhỉ ③ chứ ④ không ⑤ nhé

- Mùa Đông ở Hàn Quốc lạnh lắm, các chị phải mang theo nhiều quần áo ấm ______ rét lắm đấy!

① phải không ② nếu không ③ nếu thì ④ nếu vậy ⑤ tuy

- Các anh uống nước đi ______ nguội.

① kẻo ② nếu thì ③ nếu vậy ④ nếu làm ⑤ chứ

- Nếu người ta đã quyết định như vậy thì tình hình sẽ phức tạp lắm ______

① nhé ② phải không ③ à ④ nhỉ ⑤ chứ

- Chiều mai, chúng ta lại gặp nhau ở đây, lúc 5 giờ, anh đừng quên ______

① nhỉ ② nhé ③ chứ ④ à ⑤ hả

- Sáng nay, tôi phải gặp giáo sư lúc 9 giờ nên bây giờ tôi đi trước ______

① nhé ② nhỉ ③ à ④ chứ ⑤ sao

- Cậu mở ti vi nhỏ thôi ______ người ta lại phê bình.

① nhé ② không kẻo ③ nhỉ ④ kẻo ⑤ nếu

- Khi chúng tôi tâm sự với nhau, bạn tôi luôn luôn nói: "Tiếc quá ______!"

① chứ ② kẻo ③ nhỉ ④ nhé ⑤ vậy

Bài đọc thêm (읽기)

An toàn giao thông

Theo Bộ Giao thông Vận tải Việt Nam thì tính trung bình mỗi ngày ở Việt Nam có 35 người chết và 70 người bị thương vì tai nạn giao thông.

Tổng kết sáu tháng đầu năm 2007 là khoảng 7669 vụ với 6910 người thiệt mạng và khoảng 6000 người bị thương. Theo những dữ kiện này của Ủy ban Giao thông Quốc gia thì con số tử thương trung bình đã tăng thành 38 người mỗi ngày vào giữa năm 2007.

Trong 11 tháng đầu năm 2011, trên địa bàn Hà Nội đã xảy ra 533 vụ tai nạn giao thông đường bộ, đường sắt làm 531 người chết và 144 người bị thương. Năm 2012 Hà Nội xảy ra 777 vụ tai nạn giao thông, làm 619 chết, 397 người bị thương.

Tính vào thời điểm năm 2013 thì mỗi năm có khoảng 10.000 vụ tử thương vì giao thông và thêm gần 40.000 bị chấn thương.

(https://vi.wikipedia.org/wiki/H%E1%BB%87_th%E1%BB%91ng_giao_th%C3%B4ng_Vi%E1%BB%87t_Nam)

Bài 14

GIẢI TRÍ HÀNG NGÀY

Vietnamese Conversation 3

Hội thoại (회화)

Kim: Park ơi, trên tầng 3 họ đang làm gì mà ồn ào thế nhỉ?

Park: Hình như là các phóng viên truyền hình đang quay phim, chụp ảnh...

Kim: Nhưng đây là ký túc xá sinh viên. Họ quay sinh viên để làm gì?

Park: Năm nào cũng vậy, cứ đến thời gian gần Tết là các phóng viên truyền hình thường đến ký túc xá của sinh viên nước ngoài để quay phim chụp ảnh vì họ muốn giới thiệu cho mọi người biết các sinh viên nước ngoài đón Tết cổ truyền của Việt Nam thế nào···

Kim: Thế thì chúng ta sẽ được lên truyền hình à?

Park: Tất nhiên! Sau khi quay phim xong, người ta còn đến từng phòng để phỏng vấn các sinh viên, ··· Tí nữa, họ sẽ đến đây để phỏng vấn chúng ta đấy!

Kim: Họ sẽ phỏng vấn về vấn đề gì?

Park: Về những cảm xúc của chúng ta vào thời điểm năm mới, những suy nghĩ của chúng ta về đất nước và con người Việt Nam, về cuộc sống, sinh hoạt và học tập của chúng ta ở đây, ⋯ v.v.

Kim: Vậy thì, mình sẽ đi chuẩn bị ngay kẻo không kịp ⋯

Bài đọc (독해)

Thư điện tử (E-mail) được truyền đi như thế nào?

Theo sự phát triển của khoa học công nghệ, hiện nay máy tính đã thâm nhập vào mọi ngóc ngách của xã hội và đang ngày càng trở thành người "trợ thủ" đắc lực cho hầu hết các hoạt động, công việc và sinh hoạt của con người. Người ta nói, xã hội của chúng ta đang dần được vi tính hóa quả là không sai.

Bạn đã từng viết thư điện tử rồi gửi đến những địa chỉ cần gửi? Hoặc bạn cũng đã từng nhận được thư điện tử của một ai đó gửi cho bạn? Vậy bạn có biết thư điện tử đã được truyền đi như thế nào không?

Các chuyên gia công nghệ thông tin cho rằng, lá thư điện tử mà bạn cần gửi tới một hay một số địa chỉ nào đó, thì trước hết nó sẽ được chuyển tới một máy chủ khác (máy chủ trên mạng). Sau đó, máy chủ này có nhiệm vụ chuyển thư của bạn tới mọi máy tính của những người nhận thư. Thư điện tử, thực chất là công nghệ sử dụng máy tính điện tử và kỹ thuật thông tin thông qua tuyến đường điện tín tạo điều kiện cho mọi người trên mạng có thể truyền tin cho nhau.

Thư điện tử thường được giữ trong hòm thư điện tử của người dùng. Hòm thư này được cài sẵn trong các máy tính. Khi sử dụng, người dùng chỉ cần đánh các ký hiệu đã được đăng ký với máy tính thì lập tức hòm thư trong đó có nội dung thư gửi cho bạn sẽ hiện lên trên màn hình máy tính.

Thư điện tử ngoài ưu điểm là tốc độ truyền tin nhanh, có tính bảo mật, chi phí thấp, thông tin được truyền không cần giấy, ··· còn có rất nhiều tác dụng khác. Chẳng hạn, nó có thể truyền ra khắp nơi trong nước, thậm chí ra toàn thế giới, có thể tự động giữ lại nội dung thư để khi cần có thể tùy ý sửa chữa ···

Từ vựng (어휘)

chương trình(章程)	프로그램	độc giả(讀者)	독자
đài phát thanh(發聲)	라디오방송국	truyền hình(傳形)	텔레비전
kênh	채널, 하천	tin tức	소식
thời sự(時事)	시사	quốc tế(國際)	국제
bình luận(評論)	평론	phát thanh viên(發聲員)	통신원, 아나운서
phim	영화, 필름	quay phim	촬영하다
chiếu phim(照)	영화를 상영하다	vi đi ô	비디오
băng(崩)	얼음, 은행, 붕대, 붕어하다	đĩa	접시, CD
báo chí(報誌)	신문, 저널	phóng sự(訪事)	탐방기사
nhật báo(日報)	일보	tuần báo(旬報)	순보
bài báo	기사	đăng báo(登報)	기사를 싣다
tạp chí(雜誌)	잡지	quảng cáo(廣告)	광고
khán giả(看者)	관객	thính giả(聽者)	청중
chụp ảnh(影)	사진을 찍다	tết cổ truyền(古傳)	고전명절
trang điểm(妝點)	장식하다, 화장하다	cảm xúc(感觸)	감촉, 감동하다
thời điểm(時點)	시점	kịp	시간에 닿다

Chú giải ngữ pháp (문법해설)

1

… thích (ai, cái gì, làm gì) hơn

"**… thích … hơn**" là kết cấu so sánh bậc hơn được dùng với động từ "thích".

"**… thích … hơn**"은 두 가지 대상 중 어느 하나를 더 좋아한다는 것을 표현할 때 쓴다. 뜻은 "… 보다 …을 더 좋아한다"이다.

Ví dụ

- Học ở lớp và học ở thư viện, chúng em thích học ở lớp **hơn**.
- Giữa bóng đá và bóng chuyền, anh ấy thích bóng đá **hơn**.
- Bố mẹ tôi thích đi du lịch trong nước **hơn**.

2

… thà … còn hơn …

"**… thà … còn hơn …**" là kết cấu so sánh, lựa chọn. Tuy nhiên, khác với những kết cấu so sánh, lựa chọn khác, khi sử dụng kết cấu này thì sự vật, hiện tượng được đưa ra để so sánh lựa chọn đều thuộc những sự vật hiện tượng không được ưa thích. Do đó, sự lựa chọn ở đây có tính bắt buộc, phải chấp nhận.

"**… thà … còn hơn …**"은 "…하기 보다는 …하는 것이 더 낫다"라는 의미이다. "…하는 것이 낫다"는 표현은 희생적 혹은 손실적 의미를 갖기 때문에 강제적 또는 필연적 성질을 띤다.

Ví dụ

- Tôi **thà** thất nghiệp **còn hơn** làm việc đó.
- Chúng ta **thà** chết **còn hơn** làm nô lệ.
- Đối với tôi, **thà** thôi việc **còn hơn** làm việc cùng ông ấy.

3

명사 + hóa = 동사

Đây là một phương thức phổ biến để chuyển các danh từ thành các động từ. Ví dù: **xã hội hóa, công nghiệp hóa**, tư nhân hóa, ... Đi sau các động từ này là một danh từ hoặc cụm danh từ: **xã hội hóa giáo dục, cổ phần hóa các doanh nghiệp nhà nước, hiện đại hóa hệ thống giao thông, trẻ hóa độ ngũ các bộ quản lý**...

이는 명사의 동사화이다. 동사화는 명사에 "**hóa**"를 붙이면 된다. 동사 뒤에 오는 명사는 1음절 혹은 명사의 그룹도 가능하다.

Ví dụ

- Từ khi Việt Nam có chính sách mở cửa, nhiều vùng nông thôn đã được **đô thị hóa** nhanh chóng.
- Hiện nay, ở Việt Nam, **cổ phần hóa** các doanh nghiệp nhà nước được coi là một trong những chính sách nhằm thúc đẩy nền kinh tế phát triển.
- Một trong những nhiệm vụ quan trọng hiện nay là cần nhanh chóng **trẻ hóa** đội ngũ cán bộ quản lý nhà nước.

Luyện tập (어음 연습)

A 1. Trả lời các câu hỏi sau theo nội dung bài đọc:

- Bạn thấy hiện nay, máy tính có những vai trò gì trong xã hội?
- Thư điện tử được truyền đi như thế nào?
- Để viết, gửi và nhận thư điện tử, đầu tiên bạn phải xác lập cái gì trong máy tính?
- Thư điện tử có những ưu điểm gì? Nó khác với thư viết bằng giấy như thế nào? Bạn hãy cho biết những bất tiện của thư viết bằng giấy?
- Thư điện tử là gì? Bạn có viết và nhận thư điện tử hàng ngày không?
- Bạn có hay vào quán Internet để "chát" không? Giữa "chát" và viết thư điện tử bạn thích hình thức nào hơn? Vì sao?
- Bạn hãy cho biết những ưu thế của "chát" so với viết thư điện tử?

2. Trả lời các câu hỏi sau theo thực tế của bạn:

- Hình thức giải trí hàng ngày của bạn là gì? Vì sao bạn lại chọn hình thức giải trí đó?
- Hàng ngày, bạn có xem truyền hình không? Mỗi ngày, bạn thường xem truyền hình khoảng bao lâu?
- Ở Hàn Quốc có tất cả mấy đài truyền hình? Đó là những đài truyền hình nào?
- Bạn thích nhất là chương trình truyền hình nào? Vì sao?
- Bạn có thích các chương trình quảng cáo trên truyền hình không? Vì sao?
- Khi đang theo dõi một bộ phim hoặc một chương trình truyền hình hấp dẫn mà giữa chừng bạn phải dừng lại để xem quảng cáo, bạn sẽ có những cảm giác gì? Vì sao?

- Theo bạn, nếu một ngày, vì lý do nào đó, bất ngờ tất cả những phương tiện liên lạc qua mạng hoặc phương tiện sử dụng điện bị hỏng thì cuộc sống của con người sẽ bị ảnh hưởng ra sao?

3. Thử giải thích các từ sau:

giải trí →

ưu thế →

độc giả →

khán giả →

nhật báo →

tuần báo →

phát thanh viên →

trang điểm →

B 1. Lựa chọn và sử dụng kết cấu "··· thích ··· hơn" đặt câu với:

Ví dụ

- ngủ và đọc sách → Tôi thích đọc sách **hơn** ngủ.

→ Tôi thích đọc sách **hơn**.

Tiếp tục với

- ăn cơm và ăn phở →
- uống bia và uống rượu →
- uống cà phê đen và uống cà phê sữa →
- đi học và đi chơi →
- học ở lớp và học ở thư viện →
- đi tàu điện ngầm và đi xe buýt →
- sống một mình và sống với bố mẹ →

2. Đọc, hiểu các ngữ cảnh sau rồi sử dụng kết cấu "··· thích ··· hơn" đặt câu:

- Anh Park khuyên anh Lee nên học tiếng Việt ở thành phố Hồ Chí Minh, nhưng anh Lee nói là:

→

- Chị ấy nói là chị ấy chưa muốn tốt nghiệp trong năm nay vì:

→

- Mặc dù đã ra trường rồi nhưng anh ấy vẫn chưa muốn đi xin việc vì:

→

- Trong gia đình, mẹ tôi thường nói nhiều và hay phê bình mọi người nên:

→

- Tôi đã đi vịnh Hạ Long rồi nên khi các bạn tôi hỏi tôi thích đi du lịch vịnh Hạ Long hay Sa pa, tôi đã nói là:

→

- Bữa sáng, người Việt Nam thường thích ăn phở còn người Hàn Quốc thế nào?

→

- Đa số người trẻ tuổi thích mặc quần áo màu sáng, theo bạn đối với người nhiều tuổi thì thế nào?

→

3. Dùng kết cấu "… thà … còn hơn …" hoàn thiện các câu sau:

- Chồng con như thế thì
- Giải thích như ông ấy đã giải thích thì
- Phim như thế này thì
- Nếu đến lớp muộn thì
- Nếu phải đi làm ca đêm thì
- Nếu biết cuộc họp chán như thế này thì

4. Dùng "… thà … còn hơn" để trả lời các câu hỏi sau:

- Bạn sẽ chọn gì: ở nhà hay làm công việc mà bạn không thích?
- Đi chơi trời mưa và ngủ, bạn sẽ chọn gì?
- Vì sao bạn không đi xem kịch mà ở nhà xem ti vi?
- Bạn muốn nghỉ hưu sớm hay tìm một việc khác nếu bị đuổi việc?
- Một việc không thích nhưng lương cao và một việc rất thích nhưng lương thấp, bạn sẽ quyết định thế nào?
- Gặp phải một món ăn rất dở bạn sẽ xử lý thế nào?

5. Hãy chuyển các danh từ sau thành động từ với yếu tố "hóa":

quân sự
thương mại
dân chủ
hiện đại
vi tính
cơ khí
nghệ thuật
dân tộc
kế hoạch
tư nhân

6. Tương tự, bạn hãy tìm 10 — 15 động từ mà bạn biết rồi đặt câu với chúng.

Ví dụ xe máy → xe máy **hóa**

Hiện nay, phương tiện đi lại ở hầu hết các thành phố của Việt Nam đã được **xe máy hóa**.

Tiếp tục đặt câu với các động từ mà bạn đã tìm được.

7. Chọn khả năng đúng và điền vào chỗ trống:

- Công nghiệp ______ và hiện đại hóa đất nước là một trong những đường lối chiến lược quan trọng của nhân dân Việt Nam hiện nay.

① hóa ② hơn ③ thà ④ học ⑤ nặng

- Đối với chúng tôi ______ thất nghiệp còn hơn làm công việc mà mình không thích.

① hơn ② thà ③ hóa ④ còn hơn ⑤ nếu

- Giữa đầu tư và du lịch, hiện nay người ta thích đi du lịch ______.

① thích ② nhất ③ thà ④ hóa ⑤ hơn

- Để thúc đẩy và phát triển kinh tế nhanh hơn, nhà nước Việt Nam đang tích cực thực hiện chính sách cổ phần ______ các doanh nghiệp nhà nước làm ăn thua lỗ.

① đi ② học ③ hóa ④ hơn ⑤ thêm

- Buổi sáng bố tôi thích uống chè, còn mẹ tôi thích uống sữa ______

① hơn ② hóa ③ học ④ còn hơn ⑤ rất

- Thà im lặng ______ nói những điều mà mình chưa hiểu lắm.

① hơn ② hóa ③ thà ④ còn hơn ⑤ như

- Khi sang Việt Nam để học tiếng Việt, một số bạn thích học ở Hà Nội, còn một số bạn khác lại thích học ở thành phố Hồ Chí Minh ______

① thà ② hơn ③ còn hơn ④ học ⑤ nhất

- Trong "Lời kêu gọi toàn quốc kháng chiến" của Hồ Chủ Tịch, có câu "Chúng ta ______ hy sinh tất cả chứ không chịu làm nô lệ".

① còn hơn ② hơn ③ thà ④ hóa ⑤ muốn

Bài đọc thêm (읽기)

Vui chơi, giải trí ở Thành phố Hồ Chí Minh

Sau một ngày, một tuần hay một thời gian học hành, làm việc mệt nhọc, ai cũng có nhu cầu được vui chơi, giải trí bên người thân, bên gia đình. Là một trong những thành phố lớn nhất Việt Nam, nơi giao thoa nhiều nền văn hóa khác nhau: Việt - Hoa - Mỹ - Pháp - Hàn - Nhật, ... Thành phố Hồ Chí Minh đáp ứng rất tốt nhu cầu vui chơi giải trí của người dân cả nước cũng như của du khách quốc tế ghé thăm.

Nếu đi chơi vào ban ngày, du khách có thể đến thăm các đền, chùa, nhà thờ, phòng triển lãm tranh, viện bảo tàng mỹ thuật, hoặc nhà xưởng, nơi làm ra các sản phẩm thủ công mỹ nghệ truyền thống như làm tranh cát, làm gốm, may thêu, v.v...; Vào buổi tối thì có thể đi xem những chương trình nghệ thuật, giải trí được nhiều người yêu thích như ca múa nhạc, kịch nói, tấu hài, cải lương, v.v...được biểu diễn hầu như hàng đêm ở các phòng trà ca nhạc, sân khấu, các tụ điểm lớn, nhỏ. Điều tiện lợi là hầu hết những nơi này đều nằm ở trung tâm hoặc không quá xa trung tâm thành phố.

Về kiến trúc thì du khách có thể chiêm ngưỡng nét cổ kính, độc đáo của kiến trúc Pháp như Nhà thờ Đức Bà, tòa nhà Trụ sở Ủy ban Nhân dân Thành phố Hồ Chí Minh, công trình Nhà hát Lớn ở ngay trung tâm thành phố. Thành phố Hồ Chí Minh cũng có trên 1.000 ngôi chùa, đình, đền, miếu được xây dựng với kiến trúc cổ truyền Việt hay cách tân, gắn liền với lịch sử khẩn hoang, mở đất của nước Việt.

Vào những dịp lễ, tết, đặc biệt là đêm Noel, đêm giao thừa, du khách sẽ được thưởng thức một không khí rất tưng bừng, nhộn nhịp với hàng vạn người đổ ra đường vui chơi, đi xem bắn pháo hoa, hân hoan chúc tụng nhau. Hội hoa Xuân với đường hoa Nguyễn Huệ, Hội hoa Tao Đàn cũng là những địa điểm không thể bỏ qua dịp Năm mới.

Ngoài ra, hàng năm, vào tháng 4 có Ngày hội Du lịch Thành phố; tháng 6 có Lễ hội trái cây Nam bộ; tháng 9 có Lễ hội liên hoan ẩm thực "Món ngon các nước", ... Vào những dịp này, du khách sẽ có cơ hội hiểu thêm về văn hóa, ẩm thực Việt Nam.

Du khách cũng có thể tham gia các chương trình tham quan, du lịch mới lạ, hấp dẫn của Thành phố. Chẳng hạn như đi mua sắm ở chợ Bến Thành, chợ An Đông, chợ Bình Tây,... nơi mua bán nhiều những sản phẩm thủ công mỹ nghệ rất Việt Nam như nón lá, túi xách thổ cẩm, kẹp, trâm cài tóc, vòng tay, khăn choàng, áo dài, vải lụa, vải tơ tằm...hay đến thăm Chợ Lớn, phố người Hoa với nhiều món ăn có phong vị ẩm thực châu Á đặc sắc. Du khách cũng có thể đi thăm vùng ngoại thành với những điểm du lịch nổi tiếng như Địa đạo Củ Chi, rừng ngập mặn Cần Giờ, ...

Các loại hình du lịch do các công ty du lịch có trụ sở chính ở Thành phố tổ chức cũng rất đa dạng, phong phú: Có các tour dã ngoại, tour hành hương, tour leo núi, ...; Cũng có tour xuyên Việt bằng xe máy dành cho giới thanh niên yêu thích mạo hiểm hay những tour được tổ chức theo yêu cầu cụ thể của khách.

Thành phố Hồ Chí Minh với rất nhiều nơi vui chơi giải trí, với các lễ hội văn hóa, ẩm thực đa dạng, luôn không ngừng cải tiến, nâng cao hình thức, chất lượng phục vụ để đáp ứng tốt sở thích và nhu cầu tìm hiểu, khám phá của du khách.

Xin mời bạn ít nhất một lần đến thăm Thành phố để tự mình tận hưởng những điều thú vị ấy.

Bài 15

ÔN TẬP 3

Vietnamese Conversation 3

Hội thoại (회화)

Đối đáp

Một anh có râu và một anh không râu ngồi nói chuyện với nhau. Anh không râu muốn chế nhạo anh có râu, nên mới hỏi xỏ:

- Đố anh biết trên thế gian cái gì cứng nhất?

Anh có râu đáp:

- Cứng nhất thì chỉ có đá và sắt.

Anh không râu lắc đầu:

- Không phải. Đá đập cũng sẽ vỡ, sắt nung cũng sẽ mềm.

Anh có râu đành chịu, hỏi lại:

- Thế, anh cho là cái gì?

Anh không râu chỉ vào cằm của anh có râu và nói:

- Râu là cứng nhất! Da mặt anh dày như thế mà râu cũng đâm thủng được thì râu chẳng cứng nhất là gì?

Anh có râu biết là mình đang bị anh không râu chơi xỏ, liền bảo:

- Da mặt tôi dày thật, nhưng da mặt anh còn dày hơn nhiều!

Anh không râu hỏi vặn lại:

- Dựa vào đâu mà anh lại nói như thế?

Anh có râu bình tĩnh đáp:

- Anh nói, râu là cứng nhất mà nó có đâm thủng được da mặt anh đâu. Vậy mặt anh chẳng dày hơn mặt tôi là gì?

(Theo truyện cười dân gian Việt Nam)

Từ vựng (어휘)

râu	수염	**chế nhạo**	조롱하다, 놀리다
hỏi xỏ	장난스레 묻다	**đố (câu đố)**	수수께끼
thế gian(世間)	세상	**đập**	내리치다
nung	굽다	**đâm thủng**	뚫고 나오다
chơi xỏ	놀리다	**hỏi vặn**	자세히 묻다

Bài đọc (독해)

A Vì sao cần phải ăn sáng

Vào lúc sáng sớm, dạ dày của chúng ta đã gần như trống rỗng. Vì vậy, chúng ta có cảm giác đói. Lúc này, hàm lượng đường trong máu của chúng ta ở mức thấp nhất trong ngày. Người ta đã đo được mỗi 100ml máu chỉ chứa 80-120 mg đường glucoza.

Nếu không ăn sáng, hoặc ăn sáng không no mà đi học hay đi làm việc thì hàm lượng đường glucoza trong máu không tăng lên, thậm chí còn bị giảm xuống, xuất hiện tình trạng tinh thần mất phấn chấn, tư duy trì trệ, làm ảnh hưởng tới việc học tập và kết quả công việc.

Ăn no bữa sáng, chúng ta sẽ được nạp đủ năng lượng từ trong thức ăn. Do đó, hàm lượng đường glucoza trong máu sẽ được duy trì ở mức bình thường, tinh thần dồi dào, học tập và làm việc đạt kết quả cao.

(Phỏng theo "Những hỏi đáp khoa học lý thú"- Nxb Thanh Niên, 2004)

Từ vựng (어휘)

dạ dày	위	trống rỗng	텅빈
hàm lượng(含量)	함량	tinh thần(精神)	정신
phấn chấn(奮振)	열심인	tư duy(思惟)	사유, 생각
trì trệ(遲滯)	지체하다	nạp	채우다, 제출하다
năng lượng(能量)	에너지	duy trì(維持)	유지하다

B **Vì sao con người có màu da khác nhau?**

Trên thế giới, người ta hay nói đến một số loại người, chẳng hạn như: người da vàng, da trắng, da đen và người da nâu. Màu da khác nhau trước hết là do yếu tố di truyền. Nếu bố mẹ là người da trắng thì con cái của họ cũng là người da trắng chứ không thể là người da màu.

Loại người chủ yếu là do hoàn cảnh địa lý tạo thành. Các loại người chỉ khác nhau về hình thức, màu da, lông, tóc, thể hình ··· chứ không có sự khác nhau về bản chất sinh lý, trí lực, ···v.v.

Chất làm cho da mang màu sắc được gọi là sắc tố đen. Da của ai cũng đều có chứa loại sắc tố đen. Mỗi người chỉ khác nhau về hàm lượng của sắc tố này mà thôi. Sắc tố đen là do một loại tế bào sắc tố ở dưới da sinh ra. Các loại người hầu như đều có số lượng tế bào sắc tố như nhau. Tuy nhiên, tế bào sắc tố ở người da đen thì hoạt bát hơn, có thể sản sinh sắc tố đen nhanh hơn và mạnh hơn, cho nên da của họ mới có màu đen ···

(Phỏng theo "Những hỏi đáp khoa học lý thú"- Nxb Thanh Niên, 2004)

Từ vựng (어휘)

di truyền(移轉)	이전	**địa lý**(地理)	지리
lông	털	**thể hình**(體形)	체형
bản chất(本質)	본질	**sinh lý**(生理)	생리
trí lực(智力)	지력	**chất**(質)	질
sắc tố(色素)	색소	**hàm lượng**(含量)	함량
tế bào(細胞)	세포	**hoạt bát**(活潑)	활발
sản sinh(產生)	생산		

Chú giải ngữ pháp (문법해설)

1

··· làm sao mà ··· được

··· làm thế nào mà ··· được.

··· làm gì mà ··· thế

··· làm sao mà ··· được; ··· làm thế nào mà ··· được là kết cấu biểu thị ý nghĩa "không thể" hoặc "rất khó" có thể thực hiện hay hoàn thành.

이는 실현 혹은 완성이 어렵거나 불가능한 상황을 표현하고자 할 때 쓴다. 의미는 "어떻게 …할 수 있겠느냐?"이다; **··· làm gì mà ··· thế** thường dùng trong khẩu ngữ, biểu thị sự ngạc nhiên (với sắc thái tiêu cực) của người nói đối với người nghe. Ý nghĩa tương tự với "tại sao ··· thế". 이는 구어체에서 청자에 대한 화자의 소극적 놀람을 나타내는 표현이다. 뜻은 "어떻게 ··· 그렇게 할 수가 있느냐?". 의미는 "tại sao ··· thế"와 같다.

Ví dụ

- Anh ấy chạy nhanh như vậy thì **làm sao mà** em theo kịp.
- Những kỷ niệm đẹp như vậy thì **làm thế nào mà** tôi quên được.
- Anh **làm gì mà** lo lắng **thế**?
- Hãng hàng không đó **làm gì mà** hủy chuyến bay mãi **thế**?

2

… à?

… chứ?

… nhỉ?

… nhé!

"… **à**?" là từ đứng cuối câu để tạo lập câu hỏi được dùng nhiều trong khẩu ngữ. Về cơ bản, ý nghĩa của "… à?" tương đương với "… (có) phải không?". Tuy nhiên, kết cấu "… à?" biểu thị mối quan hệ giữa người nói và người nghe thân mật, gần gũi hơn.

"… **à**?"는 구어체에서 문미에 와서 의문문을 만든다. 의미는 "그렇습니까?"로 "… (có) phải không?"과 같다. 그러나 "… à?"는 화자와 청자간의 친밀관계를 나타낸다.

"… chứ?" cũng là từ đứng ở cuối câu trong khẩu ngữ, được người nói dùng để nhấn mạnh hoặc khẳng định tính chắc chắn của nội dung ý kiến, thông báo được đưa ra. Tính "chắc chắn" của nội dung thông báo được thể hiện ngay cả trong câu hỏi lẫn khi phủ định lại ý kiến của người khác.

"… **chứ**?" 역시 구어체에서 문미에 와서 의문문을 만든다. 이는 화자가 제시할 의견이나 생각을 강조 혹은 확실히 강조하기 위하여 쓴다. 의견의 확실성은 의문문이나 타인의 의견을 다시 부정할 때 구현된다.

"… **nhỉ**?" là từ đứng cuối câu trong khẩu ngữ để tạo câu hỏi khi người nói muốn người nghe đồng ý với những ý kiến, nhận xét của mình, đồng thời tạo sắc thái tình cảm thân mật cho câu nói.

이는 구어체에서 화자가 보다 친밀감을 나타내면서 본인의 생각이나 의견에 청자가 동감해 주기를 바라는 의미를 담고 있으며 문미에 쓴다.

Đôi khi, "… **nhỉ**?" còn được dùng để biểu thị ý tự hỏi, không nhằm vào bất kỳ đối tượng nào cả.

"… **nhỉ**?"는 어느 특정인을 겨냥하지 않고 그냥 막연하게 혼자서 질문하는 경우에도 쓴다. 문미에 쓴다.

Còn "… **nhé**!" cũng là từ đứng cuối câu trong khẩu ngữ, chủ yếu được dùng để tạo ra sắc thái thân mật giữa người nói và người nghe.

"… **nhé**!" 역시 구어체에서 문미에 와서 의문문을 만든다. 주로 화자와 청자간의 친밀감을 나타내고자 할 때 쓴다.

Ví dụ

- Trời đang mưa **à**?
- Anh không biết chuyện này thật **à**?

- Anh vẫn còn làm ở công ty cũ **chứ**?
- Công việc của em vẫn tốt **chứ**?

- Phong cảnh ở đây đẹp quá **nhỉ**!
- Không biết mình để cái kính ở đâu rồi **nhỉ**?

- Sau khi đến nơi, bạn nhớ gọi điện ngay cho mình **nhé**!
- Anh phải chú ý giữ sức khỏe **nhé**!
- Chúc mừng em **nhé**!

3

… kẻo …

… nếu không (thì) …

Đây là những kết cấu biến thường mang nội dung ý nghĩa điều kiện — kết quả như "nếu … thì … " được dùng để biểu thị ý nghĩa cầu khiến (trong kiểu câu cầu khiến) và câu kể.

이는 "nếu … thì …"처럼 충고나 권면 형태의 조건과 결과를 나타내는 표현에서 쓴다. 뜻은 전자는 "…하지 않도록 …하시오"이며, 후자는" 만약 … 하지 않는다면 …할 것이다"이다.

Ví dụ

- Cơm canh đang nóng, em ăn đi **kẻo** nguội.
- Trời sắp mưa, anh nhớ mang theo ô **kẻo** ướt.
- Chúng ta cần hạn chế ăn thức ăn nhanh, **nếu không** sẽ có hại cho sức khỏe.
- Khi thông dịch, cần diễn đạt rõ ràng, **nếu không thì** người nghe có thể hiểu nhầm.

4 … thà … còn hơn …

"**… thà … còn hơn …**" là kết cấu so sánh, lựa chọn. Tuy nhiên, khác với những kết cấu so sánh, lựa chọn khác, khi sử dụng kết cấu này thì sự vật, hiện tượng được đưa ra để so sánh lựa chọn đều thuộc những sự vật hiện tượng không được ưa thích. Do đó, sự lựa chọn ở đây có tính bắt buộc, phải chấp nhận.

이는 "…하는 것보다는 차라리 …하는 것이 더 낫다"라는 표현에 쓴다. "…하는 것이 더 낫다"는 것은 희생적 혹은 손실적 의미를 갖기 때문에 강제적 또는 필연적 성질을 띤다.

Ví dụ

- **Thà** mua mắc một tí **còn hơn** mua phải hàng chất lượng kém.
- **Thà** đi ngủ **còn hơn** xem một bộ phim dở như vậy.

Luyện tập (어음 연습)

A 1. Bạn hiểu thế nào các từ, nhóm từ sau:

hỏi xỏ →

hỏi vặn →

chế nhạo →

chơi xỏ →

da mặt dày →

người mặt dày →

2. Dựa theo nội dung bài hội thoại, trả lời các câu hỏi sau:

- Anh không râu đã hỏi anh có râu về điều gì?
- Theo bạn hiểu, anh không râu hỏi như vậy là có ý gì?
- Anh không râu dựa vào cơ sở nào để khẳng định râu là cứng nhất?
- Sau khi nghe anh không râu giải thích, anh có râu đã nhận ra điều gì?
- Anh có râu đã phản ứng lại như thế nào?
- Bạn hiểu thế nào là một người "mặt dày"?

3. Tập giải thích các từ sau:

ăn vừa phải →

giá vừa phải →

làm vừa phải →

trống rỗng →

nạp →

4. Trả lời các câu hỏi theo nội dung bài đọc 1:

- Theo bạn vì sao chúng ta cần phải ăn sáng? Và nên ăn sáng no hay chỉ cần ăn vừa phải?
- Ăn sáng no sẽ mang lại cho bạn những điều ích lợi gì?
- Nếu bạn không ăn sáng sẽ xảy ra tình trạng như thế nào?
- Bạn có hay ăn sáng không? Bạn thường ăn sáng ở nhà hay ở ngoài?
- Người Hàn thường mỗi ngày ăn mấy bữa? Bữa nào là quan trọng nhất? Vì sao?
- Người Hàn thường chuẩn bị những món ăn nào cho bữa sáng? Bạn hãy cho biết ý nghĩa của những món ăn đó?

5. Thử giải thích các từ và nhóm từ sau:

sắc tố →

hoạt bát →

di truyền →

sản sinh →

hàm lượng →

6. Trả lời các câu hỏi theo nội dung bài đọc 2:

- Trên thế giới thường gồm những loại người nào?
- Người ta thường căn cứ vào đâu để phân ra những loại người này?
- Người châu Á thuộc loại người nào?
- Theo bạn hiểu, lý do chính để có màu da khác nhau là gì?
- Chất làm cho da mang màu sắc có tên gọi là gì? Nó thường nằm ở đâu trong cơ thể của chúng ta?
- Vì sao người châu Phi có màu da đen hơn những người khác?
- Theo bạn hiểu, con người trên thế giới có khác nhau về bản chất, trí lực không? Vì sao?

7. Chọn khả năng đúng rồi điền vào chỗ trống các câu sau:

- Vào lúc sáng sớm, dạ dày của chúng ta đã gần như trống rỗng. Lúc này, hàm lượng ______ trong máu của chúng ta ở mức thấp nhất trong ngày.

① nước ② đường ③ muối ④ canxi ⑤ oxy

- Nếu không ăn sáng, hoặc ăn sáng không no mà đi học hay đi làm việc thì sẽ làm ảnh hưởng ______ việc học tập và kết quả công việc.

① tới ② vì ③ vào ④ do ⑤ cho

- Ăn no bữa sáng, chúng ta sẽ được ______ năng lượng từ trong thức ăn.

① cho đủ ② vào đủ ③ nạp đủ ④ tập hợp ⑤ thải ra

- Nếu bố mẹ là người da trắng thì con cái của họ cũng là người da ______ chứ không thể là người da màu.

① đen ② vàng ③ trắng ④ nâu ⑤ màu

- Các loại người chỉ khác nhau về hình thức, màu da, lông, tóc, thể hình ______ sự khác nhau về bản chất sinh lý, trí lực, ______ v.v.

① chứ có ② nhưng không ③ có ④ không có ⑤ chứ không có

- Tuy nhiên, tế bào sắc tố ở người da đen thì hoạt bát hơn, có thể sản sinh sắc tố đen nhanh hơn và mạnh hơn, cho nên da của họ mới có màu ______.

① trắng ② vàng ③ nâu ④ đen ⑤ đỏ

- Anh không râu muốn ______ anh có râu, nên mới hỏi xỏ.

① phê bình ② chế nhạo ③ ghen ④ thích ⑤ trách

- Anh không râu ngầm ý nói rằng, anh có râu thuộc loại người ______.

① lắm râu ② mặt mỏng ③ vô lễ ④ lịch sự ⑤ mặt dày

B 1. Dùng làm sao mà ... được hay làm gì mà ... thế hoàn thành các câu sau:

- Xin anh cho biết cách nhớ từ vựng tốt nhất khi học ngoại ngữ?

→ ?

- Vấn đề này rất đơn giản. Em đừng lo lắng như thế.

→ ?

- Có cách nào để thực hiện việc đó nhanh hơn không?

→ ?

- Anh cần liên lạc gấp với bộ phận tiếp thị của công ty A để làm gì?

→ ?

- Họ có việc gì mà đến đây sớm thế?

→ ?

2. Dùng nhỉ, nhé điền vào chỗ thích hợp:

- Cái áo đó giá 2 triệu đồng thì mắc quá .

- Nếu em có cần gì thì nói với tôi .

- Mùa này có nhiều hoa đẹp quá .

- Nhớ thỉnh thoảng viết thư cho em .

- Lúc nãy, mình đã để quyển từ điển ở đâu .

3. Dùng à, chứ điền vào chỗ thích hợp:

- Em biết chơi đàn dương cầm ______?

- Học chơi dương cầm đã lâu, chắc em đánh được bài Hồ Thiên Nga của Tchaikovsky ______?

- Công ty đồng ý giảm giá mặt hàng đó ______?

- Anh đồng ý với tôi ______?

- Chúng ta cùng đi thư viện ______?

- Sapa có tuyết rơi vào mùa đông ______?

4. Tìm và sửa các câu sai:

- Lan này, hôm nay trông cô giáo vui vẻ nhé.
- Chúng mình quen nhau đã hơn hai năm rồi nhỉ?
- Tối nay anh và em đều rảnh. Chúng mình cùng đi xem phim à?
- Sau khi về đến nhà, em nhớ gọi điện thoại cho tôi nhỉ?
- Anh đã làm việc ở công ty này bao lâu rồi chứ?

- Kỳ nghỉ hè nào Lan cũng về Việt Nam thăm gia đình. Nghỉ hè lần này, Mai hỏi Lan:

  → Kỳ nghỉ hè này Lan cũng về Việt Nam à?

- Ba ngày trước Nam mới lĩnh lương. Hôm nay, Bắc hỏi Nam:

  → Anh Nam vẫn còn tiền chứ? Cho tôi vay một ít được không?

- Phòng máy vi tính bị kẻ trộm vào lấy mất năm cái. Công an hỏi nhân viên bảo vệ:

  → Lúc đó anh không có ở phòng trực chứ?

- Nghĩ vợ luôn là người cẩn thận, chu đáo, chồng hỏi vợ:
  → Em có mang theo đầy đủ giấy tờ chứ?

- Thường khi vẫn cùng nhau đi ăn trưa. Hôm nay, sau giờ học, Hoa hỏi Tâm:
  → Chúng mình cùng đi ăn trưa à?

5. Hoàn thành các câu sau với kẻo hoặc nếu không thì :

- Trước khi ra sân bay nên cân sẵn hành lý ______ bạn có thể phải trả phí hành lý quá ký.
- Phải chuẩn bị sẵn tiền lẻ khi đi xe buýt, ______ họ không có tiền thối.
- Em nhớ mang thẻ cư trú hay hộ chiếu để trình công an nhé, ______ họ hỏi mà không có thì phiền phức.
- Chị lấy xe của tôi mà đi ______ muộn.
- Đang say rượu thì không nên lái xe, ______ dễ gây ra tai nạn.
- Rà soát lại hành lý đi ______ quên mang theo những giấy tờ quan trọng.

6. Dùng kết cấu thà ... còn hơn ... hoàn thành các câu sau:

- Thà mất ngủ ______
- Thà ăn ít ______
- Thà nói thật, mất lòng ______
- Biết đi chơi mà tắc đường thế này thà ______
- Những người lính đó thà chết ______
- Thà giảm giá, bán lỗ một chút ______

Bài đọc thêm (읽기)

Bạn hãy sử dụng các từ, nhóm từ gợi ý dưới đây để điền vào các chỗ trống trong đoạn văn sau:

tâm lý *ai* *này*
ngay cả *cảm tình* *mua bán*
hoặc *không* *của*
được *khi* *khiến*
trở lại

Tâm lý thích nhanh chóng là ______ mong muốn được mua hàng hóa một cách thuận tiện nhanh chóng. Những người có tâm lý ______ thường bực bội, khó chịu ______ không đủ kiên nhẫn chờ đợi quá lâu ______ mua bán. Họ thường không thích những phương thức ______ rườm rà và những nhân viên bán hàng có tác phong lề mề, chậm chạp, ______ nhanh chóng linh hoạt.

Còn tâm lý tự trọng là tâm lý ______ khách hàng. Trên thực tế, khách hàng, ______ cũng muốn được tôn trọng, ______ nhân viên bán hàng phục vụ lịch sự, lễ phép. Sự kính trọng ______ họ cảm thấy hài lòng hơn khi đi mua sắm. Họ sẽ có ______ với bạn, với cửa hàng của bạn và ______ với sản phẩm mà họ đã từng mua. Chắc chắn lần sau họ sẽ quay ______ cửa hàng của bạn.

Bản ghi nhớ

Answer

Vietnamese Conversation 3

정답

Bài 01 | A-2. ③, ①, ②, ⑤, ④, ②, ③, ⑤

Bài 02 | A-4. ②, ④, ③, ②, ⑤, ①, ③, ②

B-2. giống nhau, khác nhau-khác-khác, giống-giống, khác nhau, khác nhau, khác, khác nhau, giống-giống

B-3. như nhau, như, như, như, như, như, bằng, bằng nhau

B-4. bằng-như, như, bằng-bằng, như, như, bằng

B-8. mời, ngay, gì, nào, cho, họ, sau

Bài 03 | A-2. ③, ①, ②, ⑤, ②, ③, ①, ⑤, ④

Bài 04 | A-4. ①, ②, ④, ③, ②, ①, ③, ⑤

A-5. e, e, ngại, ngại-sợ, băn khoan, lo lắng, sợ, ngại-sợ, lo

B-6. mẻ, hiếm, thoải, đẹp, sẽ, yên, thích, lạ, nên

Bài 05 | 3. và, không những, mà còn, và, vừa, vừa, vừa, vừa

4. nhưng, nên, tuy, nhưng, vì, vì

6. ④, ②, ③, ①, ⑤, ③, ④, ①, ②, ⑤

7. đới, dạng, gắt, hao, nực, ướt, ráo, xanh, mẻ, chịu

Bài 06 | B-2. phố, cối, học, xá, áo-nước, bè

B-8. ③, ⑤, ①, ④, ②, ⑤, ③

Bài 07 | B-4. ②, ⑤, ④, ①, ②, ③, ⑤, ①

B-7. bán, hiểm, nghiệp, ro, nghiệp, thợ, thợ, xe, công, vẩn

Bài 08

B-1. đội, đeo, kiêng, vác, đeo-đội-đeo, xách, kiêng, vác, đeo, cầm

B-2. thêm, kỹ-kỹ, dở, tạm, nốt, qua, thêm, nốt, tạm, qua, dở, kỹ

B-3. dở-nôt, qua-kỹ, tạm-thêm, qua-kỹ, tạm-thêm, dở-nốt, dở-nốt, qua-kỹ, tạm-kỹ, tạm-thêm-dở

B-6. ③, ①, ⑤, ②, ③, ④, ②, ⑤

Bài 09

B-9. ①, ⑤, ②, ③, ④, ⑤, ③, ③, ①

Bài 10

B-6. ①, ④, ③, ④, ⑤, ①, ⑤, ②, ②

Bài 11

B-5. ③, ⑤, ①, ②, ④, ①, ②

Bài 12

B-6. ②, ①, ③, ③, ④, ②, ⑤, ①

Bài 13

B-6. ②, ⑤, ②, ①, ④, ②, ①, ④, ③

Bài 14

B-7. ①, ②, ⑤, ③, ①, ④, ②, ③

Bài 15

A-7. ②, ①, ③, ③, ⑤, ④, ②, ⑤

참고문헌

1. Tham khảo cho nội dung:

- Nguyễn Văn Phúc (chủ biên) cùng Đào Văn Hùng và Nguyễn Văn Chính, "Tiếng Việt cho người nước ngoài", Nhà xuất bản Đại học Quốc gia, Hà Nội, 2004.
- "Hàn Quốc : đất nước — con người", do Trung tâm thông tin hải ngoại của Hàn Quốc xuất bản, Seoul, Hàn Quốc, 1993.

2. Tham khảo cho hình vẽ và mô phỏng hình vẽ:

- Lê Phạm Thúy Kim và Nguyễn Kim Oanh, "Conversational Vietnamese", Seattle, UW Press, 2001.
- Nguyễn Văn Lợi (chủ biên), "Bài tập tiếng Anh 6", nhà xuất bản Giáo dục, Hà Nội, 2003.
- Annie Heaton & Ngô Mai Hương, "An Introduction to everyday Vietnamese" — do VOS Vietnam xuất bản để làm tài liệu giảng dạy (lưu hành nội bộ).

한국인을 위한

베트남어 회화 ❸ 개정판

초판 인쇄 2017년 2월 20일
초판 발행 2017년 2월 27일

지은이 조재현 · 전혜경 · 송정남 · 응우옌 반푹
발행인 김인철
총괄 · 기획 가정준 Director, University Knowledge Press
편집장 신선호 Executive Knowledge Contents Creator
도서편집 김민정 Contents Creator
전자책편집 최인우 Chief e-Contents Creator
재무관리 김은혜 Managing Creator
발행처 한국외국어대학교 지식출판원
02450 서울특별시 동대문구 이문로 107
전화 02)2173-2493~7
팩스 02)2173-3363
홈페이지 http://press.hufs.ac.kr
전자우편 press@hufs.ac.kr
출판등록 제6-6호(1969. 4. 30)
디자인 · 편집 (주)이환디앤비 02)2254-4301
인쇄 · 제본 네오프린텍(주) 02)718-3111

ISBN 979-11-5901-174-0 14730 정가 24,000원
ISBN 978-89-7464-927-2 (세트)

*잘못된 책은 교환하여 드립니다.

HUiNE은 한국외국어대학교 지식출판원의 어학도서, 사회과학도서, 지역학 도서 Sub Brand이다. 한국외대의 영문명인 HUFS, 현명한 국제전문가 양성(International +Intelligent)의 의미를 담고 있으며, 휴인(携引)의 뜻인 '이끌다, 끌고 나가다'라는 의미처럼 출판계를 이끄는 리더로서, 혁신의 이미지를 담고 있다.

이 책의 음원(mp3)은 한국외국어대학교 지식출판원 홈페이지(press.hufs.ac.kr) - 게시판 - 자료실에서 다운받아 사용하시기 바랍니다.